I0503491

વાંસદા તાલુકાના બાગાયતી પાકોનું આર્થિક વિશ્લેષણ

:: Author ::

Dr. Snehal K. Ganvit

(M.A.,M.Phil.,B.ed., Ph.D)

PUBLISHED BY

The New Era International Publishing House
HQ. At & Po. Chaveli., Ta- Chansma,
Dist- Patan, North Gujarat, India, Asia.
www.iphouseindia.com

First Publication: 18th MARCH, 2015

ISBN:- 978-15-08950-08-0

Price: Rs.800/- INDIA
         $ 15 OUTSIDE INDIA

PUBLISHED BY

**The New Era International Publishing House
HQ. At & Po. Chaveli., Ta- Chansma,
Dist- Patan, North Gujarat, India, Asia.
www.iphouseindia.com**

નિવેદન

વાંસદા તાલુકાનાં બાગાયતી પાકોનું આર્થિક **વિશ્લેષણ**" પુસ્તક રજૂ કરતાં આનંદની લાગણી અનુભવું છું. ખેતીક્ષેત્રનો વિકાસ અર્થતંત્રના વિકાસને વેગ આપે છે. વાહનવ્યવહાર,સિંચાઈ,વીજળી અને બાંધકામ ઉધોગોનો વિકાસ ખેતીના વિકાસ પર આધાર રાખે છે. તેમજ બાગાયતી ખેતી એવા પ્રકારની ખેતી છે કે જેના દ્વારા બાગાયતી ખેતી વિશેનો ખ્યાલ આવશે અને અર્થતંત્રની અંદર બાગાયતી ખેતી કેટલું મહત્વનું સ્થાન ધરાવે છે તેના વિશે ખ્યાલ આવશે.તેમજ બાગાયતી ખેતી માટે સરકાર દ્વારા સહાય માટેની માહિતી આપણને આ પુસ્તકમાંથી પ્રાપ્ત થશે.તેમજ અન્ય સંશોધકોને માટે પણ ઉપયોગી થશે.

ડૉ.સ્નેહલ કે.ગાંવિત

અનુક્રમણિકા

પ્રકરણ-૧

વિષય પ્રવેશ

પ્રસ્તાવના

વિશ્વના મોટા ભાગના વિકાસ પામતા દેશોમાં મોટા ઉપખંડ જેવું દક્ષિણ એશિયાનું વિકાસ પામતું અને વિશ્વનું સૌથી મોટું લોકશાહી રાષ્ટ્ર એટલે ભારત. ભારત ગામડાંઓનો બનેલો દેશ અને ગામડાંઓ નાના,મધ્યમ અને મોટા કદના જોવા મળે છે. ગામડાંઓમાં પ્રાદેશિક,સાંસ્કૃતિક અને સામાજિક તથા અન્ય ક્ષેત્રોમાં વૈવિધ્ય ધરાવે સાથે સાથે ગ્રામીણ લોકોનો મુખ્ય વ્યવસાય ખેતી તથા તેને પૂરક પશુપાલન વ્યવસાય જોડાયેલો છે. પ્રકૃતિ સાથે જીવન જીવવાની શૈલી ગ્રામજનો ધરાવે છે.મકાનો ભેગા તથા છૂટા છવાયા જોવા મળે છે. આ વિગત ગામડાંઓના વૈવિધ્યને દર્શાવે છે.આધુનિક સમાજ મુખ્યત્વે ગ્રામીણ અને નગર સમુદાયો જેવા વિભાગોમાં વહેચાયેલો છે.આ બંને સમુદાયોમાં સામાજિક સંબંધોની વ્યવસ્થા ભિન્ન સ્વરૂપની હોય છે. તેમના જીવનધોરણમાં પ્રકૃતિના વિવિધ તત્વો તથા લોકોના ધર્મ પ્રકૃતિ પ્રધાન છે. તેમજ અનેક વિવિધતા, એકય જ્ઞાતી અને ખેતી આધારિત સ્તર રચના, ઓછી સામાજિક ગતિશીલતા જેવી લાક્ષણિકતાઓ દર્શાવે છે.

૧.૧ ભારત ખેતીપ્રધાન દેશ છે.

ભારત રોજગારીની દ્રષ્ટિએ કૃષિ પ્રધાન દેશ છે. ગામના ૭૦ ટકા લોકો પ્રત્યક્ષ કે પરોક્ષ રીતે ખેતી પર નભે છે.વર્ષ ૨૦૦૪-૦૫ માં ૬૦ ટકા લોકો કૃષિક્ષેત્રમાથી રોજગારી મેળવતાં હતાં.આમ, કૃષિક્ષેત્ર દેશના આર્થિક તેમજ

સામાજિક જીવન સ્તર સુધારવા માટે કૃષિક્ષેત્રને મહત્વ આપવું જોઈએ. વિશ્વના કેટલાક દેશો જેવા કે ઓસ્ટ્રેલિયા, ન્યૂઝીલેંડ, કેનેડાં વગેરેના આર્થિક વિકાસમાં કૃષિક્ષેત્રએ પાયાની ભૂમિકા ભજવી છે. આજના સમયમાં ગ્રામીણ વિકાસ અનિવાર્ય મહત્વ ધરાવે છે. ભારત તથા રાજય માટે ગ્રામીણક્ષેત્રનો વિકાસ શહેરી વિકાસ કરતાં નિ:શક વધુ ઉપયોગી છે.

ભારતમાં કૃષિ માટે અનેક અનુકૂળ સંજોગો છે. જેમાં ખેતીલાયક વિશાળ ફળદ્રુપ મેદાનો, બારેમાસ પાક લઈ શકાય તેવી આબોહવા, કુશળ અને મહેનતું ખેડૂત વગેરે મુખ્ય છે. આમ છ્તાં ભારત ખેતી ક્ષેત્રે ધારણા મુજબનો હિસ્સો સાધી શક્યું નથી.તેના માટે ઘણાં કારણો જવાબદાર છે. જેમકે,સિંચાઇની અપૂરતી સગવડ, ગરીબ અને નિરક્ષર ખેડૂત, વસ્તીવધારો, નાના કદના ખેતરો, રસાયણિક ખાતર, સંકર બિયારણ અને તેમાં આધુનિક યંત્રનો ઓછો ઉપયોગ વગેરે આમ છતાં કૃષિ ભારતનાં અર્થતંત્રમાં મહત્વનું સ્થાન ધરાવે છે માટે ભારત કૃષિ પ્રધાન દેશ છે.

૧.૨ બાગાયતી ખેતીનું સ્વરૂપ:

વિશ્વમાં ભારત બાગાયતની દષ્ટિએ સમૃદ્ધ અને ફળ તથા શાકભાજીના ઉત્પાદનમાં બીજા નંબરનું સ્થાન ધરાવતો દેશ હોવા છતાં વિશ્વ વ્યાપારના આ નવા યુગમાં ભરતમાથી બાગાયત પેદાશોની ક્ષમતા કરતાં ખુબજ નિકાસ થાય છે ભારતે પોતાના સામાજિક અને આર્થિક વિકાસ માટે બાગાયતી પેદાસોની નિકાસ વધારવી પડશે. સરકાર પણ આ બાબતમાં ખુબજ સજાગ છે અને છેલ્લા કેટલાક વર્ષથી નિકાસ માટે સારું પોત્સાહન

આપી રહી છે. જુદાં જુદાં પ્રકારની બાગાયતી ખેતીનું સ્વરૂપ નીચે મુજબ દર્શાવવામાં આવ્યું છે.

૧.ફળપાકો:

એક સમયે ફળોનો ઉપયોગ ફકત માંદા માણસો માટે થતો હતો. પણ આજકાલ ફળો દરેક માણસ સારા પોષણ અને સારા સ્વાસ્થયને માટે આરોગે છે. તેથી ફળોનો પાક અને તેના સંવર્ધન માટે મુખ્ય વિભાગ બની ગયો છે. ફળપાકોમાં આંબો, કેળાં, ચીકુ, નાળિયેર, પપૈયા, લીબું, મોસંબી, કાજું, દ્રાક્ષ, સ્ટ્રોબેરી, ફણસ, સોપારી, અંજીર, વગેરે તેમજ શુષ્ક વિસ્તારના ફળપાકોમાંઆમળા, ખાટી આંબલી, બીલા, બોર, સીતાફળ, કરમદાં, ખારેક, જામફળ, ગુંદા, જાંબુ, રાયણ, કોઠી ફાલસા વગેરે ફળપાકોનો સમાવેશ થાય છે.

ગુજરાત સરકાર રાજય માટે સાલ મુજબ ફળોના નફાનું અંદાજીત ઉત્પાદન માહિતી ૧૯૮૫-૮૬ થી ૨૦૦૪-૦૫ તે દર્શાવે છે કે, ઉત્પાદન અને વાવેતર વિસ્તારમાં દર વર્ષે વધારો થતો જાય છે. અંદાજીત વિસ્તાર ફળોનો પાક આશરે ૮૯.૬૦ હજાર હેકટર ૧૯૮૫-૮૬ વર્ષમાં ૧૬૦.૦૨ હજાર હેકટર ૨૦૦૪-૦૫ દરમ્યાન પહોચ્યુ હતું

૨.શાકભાજી પાકો:

બાગાયતી પાકો એટલે ફળપાકો એ માન્યતા હવે બરાબર નથી.બાગાયતી પાકોમાં ફળપાકોનીસાથે સાથે શાકભાજીના પાકો પણ ખુબજ અગત્યના છે.શાકભાજીના પાકોખેડૂતોને રોજબરોજ અને કાયમી આવક આવક આપે છે.શાકભાજીનાપાકો રોજગારી તેમજ પૌષ્ટિક આહારમાં પણ મહત્વનો ફાળો આપે છે.વિશ્વમાં કૃષિ ક્ષેત્રે આવતા ફેરફારોને અનુરૂપ થઈ જો પ્રવર્તમાન પાક પધ્ધતિમાં બદલાવ લાવીશું તોજ ભવિષ્યમાં આપણે આર્થિક રીતે સદ્ધરતા પ્રાપ્ત કરી શકીશું.

કોષ્ટક નં.૧.૧

ગુજરાતમાં વિભાગવાર શાકભાજીના પાક

અન. ન.	વિભાગ	**શાકભાજીના પાક**
૧	દક્ષિણ ગુજરાત	રીંગણ, ટામેટાં, હળદળ, ભીંડા, મરચી, ડુંગળી, કરેલા, સુરણ, મેથી, પાલક, ગુવાર, ગીલોડા, કોબીજ વગેરે
૨	મધ્ય ગુજરાત	રીંગણ, કોબીજ, ટામેટાં, ફલાવર, ગુવાર, મરચી, આદું, ધાણા, મેથી, બટાટા, પરવળ વગેરે
૩	કચ્છ	રીંગણ, ભીંડા, ટામેટાં, મરચી વગેરે
૪	સૌરાષ્ટ્ર	રીંગણ, ભીંડા, ડુંગળી, ધાણા, લસણ, મરચી, મેથી વગેરે

ગુજરાતમાં આવેલ કુદરતી સ્રોત જેવા કે વાતાવરણ (મુખ્યત્વે વરસાદ) જમીન,પિયતની સગવડ,વગેરેમાં રહેલ વિવિધતા જોતાં અસંખ્ય શાકભાજીના પાકો લઈ શકાય. હાલ ગુજરાતમાં વધુ પ્રકારના શાકભાજીના પાક ચોમાસું, શિયાળું, ઉનાળું ઋતુંમાં લગભગ ૩.૩૧ લાખ હેકટર વિસ્તારમાં વવાય છે જેમાથી ૪૬.૭૭ લાખ ટનજેટલું ઉત્પાદન મળે છે બદલાયેલ વર્તમાન સમયમાં ઓછું વળતર આપતા ક્ષેત્રીય પાકોની જગ્યાએ વધુ આર્થિક ફાયદો આપતા શાકભાજીના પાકોનો સમાવેશ કરવો ખુબજ જરૂરી છે.

૩.ફૂલપાકો:

આપણી દેશનું ભૌગોલિક સંસ્કૃતિમાં ફૂલો ઘણા જ અગત્યના છે. ફૂલો એ સ્નેહ અને સદભાવનનું પ્રતિક છે. ફૂલછોડ બગીચાની શોભા હોવા ઉપરાંત

આર્થિક ઉપાર્જન એ હાલના કૃષિ ક્ષેત્રે એક અગત્યનું વ્યાપરીકરણ અને નફાકારક ખેતી માટે જાણીતું છે. ફૂલ એ એકજ એવી જણસ છે જેનું બજાર આંતરરાષ્ટ્રીય ક્ષેત્રે ખ્યાતી ધરાવે છે. આજકાલ લગ્ન જેવાં પ્રસંગોમાં ફૂલોનો ઉપયોગ સુશોભન માટે વ્યાપક પ્રમાણમા જોવા મળે છે. જેમાં હાર ગજરા, બુકે, બટન, વેણી, મંડપ શણગાર, લગ્નની બગી અને વરરાજાની કારનો શણગાર તેમજ મધુરજની માટેના રૂમના શાંગારમાં પણ અનેક પ્રકારના રંગબેરંગી અને સુગંધિત ફૂલોનો ઉપયોગ થવા લાગ્યો છે. વળી મોટા શહેરોમાં સુખી સંપન્ન લોકોને ઘેર, મલ્ટીનેશનલ કંપનીની ઓફિસો, હોટલો અને સરકારી કાર્યાલયોમાં ફૂલોની વિવિધ ગોઠવણી કરી ઈન્ટીરીયર ડેકોરેશનમાં અને વિવિધ સમારંભોમાં મહેમાનોને સત્કારવા માટે લાંબી દાંડીવાળા ફુલોનો ઉપયોગ વધતો જાય છે. જેમાં ગુલાબ, ગ્લેડિયોલસ, કોર્નેશન, જર્બેરા, સેવંતી, ગોલ્ડન રોડ, રજનીગંધા, લીલી જેવા અનેક ફૂલોની વિવિધ સમારંભોમાં મહેમાનોને સત્કારવા માટે લાંબી દાંડીવાળા ફુલોનો બજારભાવ પણ ખુબજ ઊચો મળતો હોઈ તેનો ઉછેર ગ્રીન હાઉસ, પોલીહાઉસ કે નેટ હાઉસમાં કારીને સારી ગુણવત્તાવાળા ફુલો બજારમાં મોક્લી શકાય છે. કેટલાક સાહસિક ખેડૂતોએ ઉપરોક્ત હાઈટેકનો ઉપયોગ કરી ફૂલોનું વાવેતર કરવાની શરૂઆત કરી દીધેલ છે. આમ ખૂબ જ ઓછી જગ્યામાંઆવા ફુલો ઉછેરી આર્થિક રીતે મોટું વળતર મળી શકે છે. ફૂલોની ખેતી ગુજરાતમાં મુખ્યત્વે વડોદરા, આણદ, સુરત, અમદાવાદ, નવસારી, ખેડા અને ગાંધીનગર જિલ્લામાં થાય છે. તદ્ ઉપરાંત ભાવનગર, વલસાડ,

ભરુચ, દાહોદ અને કચ્છમાં પણ થોડા પ્રમાણમાં થાય. આ સિવાય અન્ય જિલ્લાઓમાં છૂટું છવાયું વાવેતર થાય છે.

૪.મરી મસાલા પાકો:

મસાલા પાકોનું આરોગ્યની દષ્ટ્રીએ આગવું સ્થાન ધરાવે છે. જીરું, વરિયાળી, ધાણા, અજમો, મેથી વગેરે અગત્યના મસાલાપાકો છે. આ પાકોનો ગૃહવપરાશ ઉપરાંત તે ભારતમાથી બહારના દેશોમાં નિકાસ કરવામાં આવે છે. જેને લીધે ભારતને વાર્ષિક રૂ।. ૨૦૦ કરોડની હુડિયામણની આવક થાય છે. વિશ્વમાં પણ મસાલાનો વપરાશ દિનપ્રતિદિન વધી રહ્યો છે.તેથી વિશ્વના બજારોમાં ભરતમાથી મસાલાની નિકાસ વધે અથવા ટકી રહે તે માટે વૈશ્વિકરણ ક્ષેત્રે થઈ રહેલ આમૂલ પરિવર્તનમા ગુણવત્તા ખૂબ જ જરૂરી છે. મસાલાના ઉત્પાદનની ગુણવત્તા જળવાઈ રહેવી અતિ આવશ્યક છે.

ઉત્તર ગુજરાત અને કચ્છ એ મસાલા પાકોના વિસ્તાર અને ઉત્પાદનની દષ્ટ્રીએ ખુબજ મહત્વનું સ્થાન ધરાવે છે. આ ઉપરાંત અમદાવાદ જિલ્લામાં જીરૂ અને સુવા,જમાનગરમાં જીરૂ,ધાણા અને અજમો, જૂનાગઢ અને પોરબંદર જિલ્લામાં જીરૂ, ધાણા, ખેડા જિલ્લામાં વરિયાળી અને મેથી, રાજકોટ, સુરેન્દ્રનગર અને અમરેલી જિલ્લામાં જીરૂ તથા આણંદ જિલ્લામાં મેથી પાકનું વાવેતર વધુ પ્રમાણમાં થાય છે.

૫.ઔષધિય પાકો:

ઔષધિય વનસ્પતિનો વપરાશ દિન પ્રતિદિન પુષ્કળ પ્રમાણમાં વધી રહયો છે. આવનાર વર્ષોમાં તેની માંગ હજું અનેકઘણી વધનાર છે. જંગલોમાથી આવી વનસ્પતીની પ્રાપ્તી ઘટી રહી છે.કેટલીક ઔષધિય વનસ્પતિઓ

અપ્રાપ્ય બનતી જાય છે.તેથી આવી વનસ્પતીઓ હવે ખેતી હેઠળ આવવા માંડી છે.સફેદ મૂસળી, ડોડી(જીવંતી) જેવી કેટલીય વનસ્પતિઓ પહેલાં વિપુલ માત્રામાં મળતી હતી તે હવે નામશેષ: બનતા આવી કેટલીય વનસ્પતિઓ હવે ખેતી હેઠળ આવી છે. તથા વર્ષો વર્ષ નવીઔષધિય વનસ્પતિઓનો ઉમેરો થતો રહ્યો છે. પરદેશની નિકાસ પણ વધી છે.

બાગાયતી પાકોના વાવેતર માટે ફકત ખેડાણ જમીન જ ઉપયોગમાં લેવાય તેમ નથી પણ પડતર, કોતર, ગૌચર, તેમજ અન્ય ખેતીલાયક પડતર જમીનમાં પણ ટેકનોલોજી અને વૈજ્ઞાનિક ખેતીના અભિગમ દ્વારા ફળપાકો, શાકભાજી, ફૂલપાકો, મસાલાપાકો તથા ઔષધિય પાકો વાવેતર કરી શકાય છે. આ માટે ચોક્ક્સ ખેડૂતો બિનુઉપયોગી જમીનમાં પણ ઉપજ મેળવી શકે તેમ છે.

૧.૩ અભ્યાસક્ષેત્રની પસંદગી:

સંશોધન કરવા માટે સૌથી અગત્યની બાબત અભ્યાસ ક્ષેત્રની પસંદગી કરવાની છે. સંશોધન માટે પસંદ કરેલ વિષય માટે જરૂરી માહિતી સચોટ તથા વિશાળ સ્વરૂપે મળે એ મહત્વનું છે. કોઈપણ વિષય વસ્તુના અભ્યાસ માટે ક્ષેત્ર પસંદગી ખુબજ જરૂરી અને મહત્વની બની જાય છે. પસંદ કરવામાં આવેલ ક્ષેત્રમાથી વિષયને લગતી જરૂરી માહિતી તેમજ વિશ્વસનીય માહિતી એકત્ર કરવાની સરળ હોવી જોઈએ.

આ બાબતને ધ્યાનમાં રાખીને નવસારી જિલ્લાના વાંસદા તાલુકાનાં ગામડાની પસંદગી કરી છે. આ ગામો પસંદ કરવાના કારણો નીચે મુજબ છે.

૧. ગામ સંશોધનના અનુરૂપ છે.

૨. સંશોધન કરવા માટે મે વાંસદા તાલુકાને પસંદ કર્યું હોવાથી વિશ્વાસપૂર્વક યોગ્ય માહિતી મેળવવાની સરળતા રહે છે.

૧.૪ અભ્યાસના હેતુઓ:

અભ્યાસના હેતુઓ નીચે મુજબ છે.

૧. ગુજરાત અને નવસારી જિલ્લાના બાગાયતી પાકોનો અભ્યાસ કરવો.

૨. નવસારી જિલ્લાના બાગાયતી પાકોનો વાવેતર વિસ્તાર તેમજ ઉત્પાદન જાણવું.

૩. વાંસદા તાલુકાનાં બાગાયતી પાકોનો વાવેતર વિસ્તાર જાણવો.

૪. આંબાની સાથે થતાં મિશ્રપાકોની આવક જાણવી.

૫. આંબા અને કેળાંના પાકની બજાર વ્યવસ્થા જાણવી.

૧.૫ અભ્યાસની પરિકલ્પનાઓ:

કોઈ પણ ક્ષેત્રનો અભ્યાસ કરવા માટેના સંશોધન કરતાં પહેલાં તે અભ્યાસના સંશોધનકર્તાએ પરિકલ્પના કરવી અતી આવશ્યક છે. પરિકલ્પના એવા પ્રકારનું વિધાન છે કે, જેનો અભ્યાસના અંતે સ્વીકાર કે અસ્વીકાર થઈ શકે છે.

૧. બાગાયતી ખેતીનો ખર્ચ આવક ગુણોત્તર ઓછો હોય છે.

૨. બાગાયત ખેતી સજીવ ખેતી સાથે ઘનિષ્ટ સંબંધ ધરાવે છે.

૩. ફળપાકોની બજાર વ્યવસ્થામાં ખામીઓ જોવા મળે છે.

૧.૬ અભ્યાસનું મહત્વ:

કોઈ પણ પ્રકારનો અભ્યાસ કરવામાં આવે તેની પાછળ ખાસ હેતુ હોય છે તે અભ્યાસનું મહત્વ હોય છે.

૧.આ અભ્યાસ દ્વારા ખેતીક્ષેત્રે નડતાં પ્રશ્નો પર પ્રકાશ પાડવામાં આવશે. તેને લીધે આ પ્રશ્નો પર બીજાનું ધ્યાન પડશે તેને ઉકેલવા માટે પ્રયાસો થઈ શકે.

૨.બાગાયતી પાકો આપના વિસ્તારને અનુકૂળ ન હોય તેમ છતાં આપ તેની ખેતી કરવા માંગતા હો તો કેવી કાળજી લેવી તે માટે માર્ગદર્શન મેળવવા.

૩.આ અભ્યાસ દ્વારા ખેતી પેદાશો આધારિત કેવા ઉધોગો વિકસી શકે તેની માહિતી મળી શકે.

૪.આ અભ્યાસ ગ્રામ પંચાયતના નવ નિયુક્ત સરપંચોને ઉપયોગી બનશે.

૫.આ અભ્યાસ અન્ય સંશોધકો માટે નવી દિશા ખુલશે.

૬.અભ્યાસ દ્વારા ખેતી વિશેના ખ્યાલોમાં સચ્ચાઈ આવે,ગેરસમજો દૂર થાય.

૧.૭ અભ્યાસની મર્યાદા:

૧. આ અભ્યાસ ગુજરાત રાજયના બાગાયતી ખેતીના વર્તુળમાં માત્ર એક તાલુકા પૂરતી મર્યાદિત છે.

૨. ક્ષેત્ર કાર્યમાં ઉત્તરદાતાના જવાબો સંપૂર્ણ સાચા હોવાની શકયતા ઓછી હોય છે.

૩. આ કાર્ય માટે ખેડૂતો દિવસે ખેતરે જતાં હોવાથી માહિતી મેળવવામાં થોડો સમય લાગ્યો.

૧.૮ સંશોધન પદ્ધતિ:

પ્રસ્તુત સંશોધન પ્રાથમિક માહિતી તેમજ ગૌણ માહિતી ઉપર અધારિત રહેશે.

૧. પ્રાથમિક માહિતી:

સંશોધન કાર્યમાં વિષયને અનરૂપ વાસ્તવિક પરિસ્થિતિનો અભ્યાસ કરવા, પ્રાથમિક માહિતી જરૂરી છે. પ્રાથમિક માહિતી સંશોધક પ્રત્યક્ષ રીતે મેળવીને તેનો ઉપયેાગ સંશોધન કાર્યમાં કરે છે. આ માહિતી વિશ્ર્વસનીય અને સચોટ હોય છે.

આ અભ્યાસ માટે પસંદ કરેલ ગામોના ખેડૂત કુંટુંબો પાસેથી અનુસૂચિ દ્વારા પ્રાથમિક માહિતી મેળવવામાં આવી છે.

(અ) મુલાકાત પદ્ધતિઃ આ પધ્ધતિદ્વારા ગામમાં પ્રત્યક્ષ કે પરોક્ષ મુલાકાત લઈ જો માહિતી એકત્રીત કરવામાં આવે છે તેને મુલાકાત પધ્ધતિ કહેવાય છે. આ પધ્ધતિ દ્વારા લોકો પાસે જે માહિતી મેળવવાની હોય તેનો સંપર્ક કરવાનો હોય છે. જેમ કે, સરપંચશ્રી, તલાટીશ્રી, ગામના વડીલો દ્વારા પણ પ્રાથમિક માહિતી મેળવી છે.

(બ) અનુસૂચિ :

અભ્યાસના હેતુઓને અનુરૂપ પ્રશ્નોની યાદી બનાવી ફળ પાકોનું ઉત્પાદન કરતાં કુંટુંબોની પ્રત્યક્ષ મુલાકાત લઈ આ માહિતી મેળવવામાં આવે છે.

૨. ગૌણ માહિતીઃ

જયારે કોઈ વ્યકિત અથવા સંસ્થા બીજી કોઈ વ્યકિત અથવા સંસ્થા દ્વારા મેળવેલ માહિતીનો ઉપયોગ પોતાના સંશોધન કે અભ્યાસ માટે કરે તો તેવી માહિતીને ગૌણ માહિતી કહે છે. ગૌણ માહિતી ગ્રંથાલય, સરકારી કચેરીઓ, પ્રકાશનો વેબસાઈટ વગેરેમાંથી પ્રાપ્ત થાય છે.

૧.૯ વર્ગીકરણ અને કોષ્ટક રચના :

અભ્યાસક્ષેત્રમાંથી મેળવવામાં આવેલી માહિતી જે વિશાળ સ્વરૂપે હોય છે. આથી તેનુ ટૂંકુ સ્વરૂપ આપીને અભ્યાસ સરળ બનાવવા માટે વર્ગીકરણ અને કોષ્ટક રચનાઓનો ઉપયોગ કરવામાં આવેલ છે.

(અ) વર્ગીકરણઃ

જુદા જુદા સ્વરૂપે માહિતી મેળવીને સમાન ગુણધર્મ પ્રમાણે જુદી પાડીને વર્ગીકરણ તૈયાર કરવામાં આવ્યુ છે. આંકડાકીય માહિતીનો ઉપયોગ સરળતાથી કરી શકાય તે માટે આ વર્ગીકરણનો ઉપયોગ કરવામાં આવ્યો છે.

(બ) કોષ્ટક રચના :

વાંચકોને માહિતી સ્પષ્ટ પણે સમજાય તે માટે જરૂરી કોષ્ટકની રચના કરવામાં આવી છે. અભ્યાસ દરમ્યાન મેળવેલ કોષ્ટક રચનામાં આંકડાકીય માહિતીને મુકવામાં આવી છે અને તે પ્રમાણે તૈયાર કરવામાં આવ્યા છે.

૧.૧૦ પ્રકરણ આયોજન:

પ્રસ્તુત સંશોધનની પ્રક્રિયા માટે પ્રકરણનુ આયોજન આ પ્રમાણે છે.

પ્રકરણ–૧ વિષય પ્રવેશ

પ્રકરણ–૨ બાગાયત ખેતીનો ખ્યાલ

પ્રકરણ–૩ અભ્યાસક્ષેત્રનો પરિચય

પ્રકરણ–૪ પ્રાથમિક માહિતી સર્વેક્ષણના આધારે

પ્રકરણ–૫ બાગાયતી પાકોનું ખર્ચ-લાભ વિશ્લેષણ

પ્રકરણ–૬ તારણો અનેસૂચનો

પ્રકરણ-૨

બાગાયતી ખેતીનો ખ્યાલ

પ્રસ્તાવના

કૃષિક્ષેત્રે આજે આજીવિકા માટેનો એક મહત્વનો વ્યવસાય છે. બાગાયતી ખેતીએ કૃષિનું અવિભાજ્ય અંગ છે. 6 પંચવર્ષિય યોજનાઓ ઉદારીકરણની નીતિ અને કૃષિ પ્રોત્સાહનોએનઇ લીધે કૃષિ દેશની આર્થિક સદ્ધરતાનો સબળ પાયો બની ગયેલ છે. આજે વસ્તી વધારો એ સળગતી સમસ્યા છે. આવા ટાણે સૌવ કોઈ માટે પૂરતાં ફળ,શાકભાજી, મરીમશાલા જરૂરિયાત મુજબનું ઉત્પાદન ઘર આંગણે કરવું અને તેની નિકાસ દ્વારા વિદેશી હૂંડિયામણ કમાવવું એ આજના સમયની માંગ છે. વિસ્તાર દીઠ વધારે ઉત્પાદન અને આવક કેમ મેળવવી એ મહત્વની બાબત છે. એકમદીઠ ઓછા ખર્ચે ઉપલબ્ધ સાધન સામગ્રીનો કાર્યક્ષમ ઉપયોગ કરી બાગાયતી પાકોમાંથી એકમદીઠ વધુ ઉત્પાદન અને વધુ આવક પ્રાપ્ત થાય છે.ઉપરાંત પ્રોટીન, વિટામિન અને ખનીજ તત્વો પૂરાં પાડતાં હોવાથી બાગાયતી પાકોનું ઉત્પાદન તથા તેના નિકાસની વિશાળ શક્યતા ઊભી થઈ છે.

સમગ્ર વિશ્વમાં કૃષિક્ષેત્રે ક્રાંતી આવી છે. આ ક્રાંતીની દોડમાં કૃષિ બજારે પ્રગતી કરી છે. ખેતી સાથે સંકળાયેલ વિકસિત દેશો તરફ મીટ માંડીએ તો વાસ્તવિક રીતે જણાઈ આવે છે, જે દેશોએ બાગાયત ખેતી તરફ દયાન આપ્યો છે તેમણે ઝડપી સમૃદિ હાંસલ કરી છે બાગાયત ખેતીનું મહત્વ એટલા માટે છેકે આજે દુનીયા માળખાકીય સુવિધાઓનો વ્યાપ

વધતાં નાની બનતી જાય છે. દુનીયાના એક છેડાથી બીજા છેડા સુધી પેદાશો આશાનીથી તથા ટુંકા સમયમાં પહોચતી કરી શકાય છે. દેશ વિદેશનું બજાર મેળવી શકાય છે. બાગાયતી ખેતીના અગત્યના પાસાની વાત કરીએ તો આ ખેતી લાંબાગાળાની છે. એક વખત ફળપાકોનો બગીચો તેયાર કરી, લાંબા સમય સુધી આવક મેળવી શકાય.

૨.૧ બાગાયતીખેતીનોઅર્થ:

બાગાયતી ખેતીને અંગ્રેજી માં Horticulture કહેવામાં આવે છે. Hortus = ગાર્ડન Culture = ખેતી આ બંને શબ્દ મળીને Horticulture શબ્દ થયો છે. બાગાયતની જૂની વ્યાખ્યા માત્ર બગીચા પૂરતી મર્યાદિત રહી, જેમાં થોડા ફળ વૃક્ષો અને થોડી શાકભાજીની ખેતી થાય એટલે નાના ખેડૂતો પોતાનું અને પોતાના પશુઓનું પોષણ તેમાંથી મેળવી લેતાં અર્થાત બાગીચામાં વૃક્ષો ઉગાડવા પૂરતી તેની વ્યાખ્યા સીમિત હતી. પરતું આધુનિક બાગાયતી ખેતીની વ્યાખ્યા વ્યાપક કરવામાં આવી છે.

બાગાયતી પાકોમાં ફળફળાદિ, શાકભાજી, મશાલાપાકો, ફૂલપાકો,ઓષધિય પાકો/ સુંગંધિત પાકો, ગૃહ ઉધાન, ઘાસના મેદાન તેમજ ચાના બગીચા વગેરેનો સમાવેશ કરવામાં આવે છે. ફળ એ વૃક્ષોનો એવો સ્થૂળ પદાર્થ છે જે તાજું ખાઈ શકાય તેમ પરિરક્ષિત કરી ઉપયોગમાં લઈ શકાય છે. ખાવા લાયક ફળ ધરાવતા વૃક્ષો, ક્ષુપો અને વેલાઓની આર્થિક દ્દિષ્ટિકોણને લક્ષમાં રાખી મોટાપાયે કરવામાં આવતી ખેતી એટલે ફળપાકની ખેતી.

૨.૨ બાગાયતી ખેતીમાં ફળપાકોનું મહત્વ:

બાગાયતી પાકોમાં ફળપાકોનું આગવું સ્થાન છે.

૧. પોષક આહારની પૂર્તિ માટે

વ્યક્તિના સ્વાસ્થ્ય માટે પોષક આહાર (સમતોલ આહાર) માટે આવશ્યક વિટામીન અને ખનીજ તત્વોની પૂર્તિ માટે નિયમીત ફળ ખાવા જોઈએ. આહારમાં દરેક વ્યકિતીએ ઓછાંમાં ઓછાં ૮૫ ગ્રામ ફળ ખાવા જોઈએ.જ્યારે તેની સરખામણીમાં ગુજરાત રાજયમાં વ્યક્તિદીઠ ફક્ત ૬૦ ગ્રામ જ ફળ ખવાય છે. ફળ ઉત્પાદન વધારી ખોરાકમાં તેના પ્રમાણને વધારી શકાય છે.

૨.આર્થિક સ્થિતિ સુધારવા માટે:

વિશ્વમાં ભારત વિકાસશીલ દેશોમાંનો એક દેશ ગણાય છે.મોટાભાગની વસ્તી ગ્રામીણ વિસ્તારોમાં રહે છે. ગ્રામીણ વિસ્તારોમાં ૭૦ ટકા વસ્તી કૃષિક્ષેત્ર સાથે સંકળાયેલી છે. ભારતની ખેતી સામાનય રીતે મોસમી હોય છે અને બેકારી વિશેષ રીતે જોવા મળે છે. આર્થિક પરિસ્થિતિને સુધારવા માટે ફળપાકોની ખેતી મહત્વની છે. ખેડૂતોને તેના ફળના વેચાણ માટે જરૂરી બજાર વ્યવસ્થા પૂરી પાડવામાં આવે તો તેને પૂરતી રોજગારી તેમજ આર્થિક પરિસ્થિતિમાં સુધારો થઈ શકે તેમ છે.

૩. વિદેશી હુંડિયામણ રળી આપનાર:

નિકાસક્ષેત્રે ફળ અને ફળ આધારિત ઉત્પાદન સમાનય ખેતપેદાશ કરતાં લાભ વધારે આપે છે. તેથી ફળનું ઉત્પાદન વધારીને નિકાસોમાં વધારો કરવો જોઈએ. આ પરિસ્થિતિમાંવધુને વધુ ફળાઉ વૃક્ષો ઉછેરી સુધારો કરી સારું હુંડિયામણ કમાઈ શકાય છે અગત્યના ફળપાકો જેવા કે કેરી, લીંબૂ,

કેળાં, જામફળ, પપેયાં,વગેરેમાંથી વિવિધ પરિરક્ષિત બનાવટો મોટા પાયે તેયાર કરી નિકાસ કરવાની ઘણી ઉજળી તકો રહેલી છે.

૪.કૃષિ આધારિત ઉધોગો વિકસાવવા માટે:

ફળપાકોની ખેતી, પરિક્ષણ, સુકવણી, સૂકી દ્રાક્ષ, દારૂ, પેકિગ, રેશમના કીડાનો ઉછેર વગેરે જેવા અનેક ઉધોગમાટે પૂરો પાડે છે. ફળોમાં મુખ્યત્વે ભેજ તથા શર્કરા વધારે હોવાથી તે નાશવંત છે. તેનું સહેલાઈથી રૂપાંતરણ પણ કરી શકાય છે.એટલે આ ઉત્પાદનની ઉપલબ્ધિ લાંબા સમય સુધી જાળવી રાખવા માટે રૂપાંતરણ માટે ઉધોગો સ્થાપવાની ઘણી શક્યતાઓ રહેલી છે.

આ પરિરક્ષણના એકમોમાં જુદી જુદી બનાવટો જેવી કે કેરીનો રસ, જામ, અથાણા, ચટણી,જામફળનો પલ્પ, જેલી કેળાનો પલ્પ, ટુટી ફ્રૂટી, ડબ્બાબંધી વગેરે કરવામાં આવે છે.

પ.રોજગારીની તકો માટે:

ફળપાકોની ખેતીમાં આખું વર્ષ રોજગારી મળ્યા કરે છે. ધાન્ય વર્ગના પાકોની સરખામણીમાં હેક્ટર દીઠ ૧૪૩ની માનવદિનની જરૂર પડે છે. વળી દ્રાક્ષ, કેળાં અને અનાનસની ખેતીમાં હેકટરે ૧૦૦૦ થી ૨૫૦૦ માનવદિનની જરૂર પડે છે. સ્વરોજગારીની તકો ફળાઉ વૃક્ષોની નર્સરીઓ, ફળપાકોની ખેતી, ફળ પરિક્ષણ, ખેત સલાહ કેન્દ્રો અને તેની બનાવટોની નિકાસ વગેરેની વ્યવસાયોમાં સમાઈ જાય છે.તેવી જ રીતે રોજગારીના અન્યક્ષેત્રો બાગાયત ખાતું, બેન્કો, ખેત ઉધોગ, નિગમો,વીમા કંપનીઓ, કૃષી વિશ્વ

વિધાલયો, ખાનગી તેમજ સહકારી નર્સરીઓ, શીલગૃહો, વગેરે ગણાવી શકાય. આમ ફળાઉ વૃક્ષોની ખેતી રોજગારીની વધુ તકો પૂરી પાડે છે.

૬. સહકારીતાની ભાવનાનો લાભ લેવા માટે:

દેશમાં નાના ખેડૂતો વધુ હોવાથી તેઓ વ્યક્તિગત રીતે તેની વ્યવસ્થા ગોઠવવા શક્તિમાન હોતા નથી. ખેડૂતો ભેગા મળીને સહકારી મંડળીઓ વિકસાવે છે આ પ્રકારની અમુક ફળપાકો પૂરતી મર્યાદિત છે આવી સહકારી ભાવનાને વિશાળ સ્વરૂપે લઈ જઈ શકાય છે. દા.ત. રાજયકક્ષાએ કપાસ, શેરડી, દૂધ માટે ઉત્તમ બજાર વ્યવસ્થા ઉભી કરી છે. તેવી જ રીતે ફળપાકો માટે પણ વિકસાવવાની ઘણી શકયતાઓ રહેલી છે.

આમ બાગાયતી ખેતીમાં ફળપાકોનું ઘણું મહત્વ રહ્યું છે પરંતુ કેટલાક પ્ક્ષ્નો પણ છે,જે નીચે મુજબ છે.

૧. બાગાયત વિકાસની ચોકકસ નીતિનો અભાવ છે.

૨. ફળ ઉતાર્યા પછીની માવજત માટે આવશ્યક માળખાની ઉણપ જોવા મળે છે.

૩. સારી ગુણવત્તાના રોપા/ કલમનો અભાવ જોવા મળે છે.

૪. ખેડૂતોને બાગાયતી ખેતીમાં વૈજ્ઞાનિક સંશોધનો જલ્દીથી પહોચી શકે તે માટે બાગાયત ખાતાએપોતાની આગવી ભૂમિકા ભજવવી પડશે.

૫. વેચાણ વ્યવસ્થામાં ખામીઓ જોવા મળે છે.

૬. પરદેશમાં નિકાસ માટેની સ્પષ્ટ નીતિનો અભાવ જોવા મળે છે.

આ પ્રશ્નોને ચોક્કસ નીતિઓ દ્વારા હલ કરી શકાય છે.

૨.૩ બાગાયતી ખેતી વિશે ગાંધીજીના વિચારો:

સંયુક્ત રાષ્ટ્રનો એક અહેવાલ જણાવે છે કે, ઈ.સ.૨૦૧૫ સુધીમાં અપૂરતા પોષણનો આંકઘટાડીને અર્ધા કરવાનું ધ્યેય સિદ્ધ નહીં થઈ શકે. કેટલાક દેશોમાં અપૂરતા પોષણના આંકની માત્રમાં ઘટાડો થવાને બદલે વધારો થયો છે આવા દેશોની યાદીમાં ભારત અને પાકિસ્તાનનો પણ સમાવેશ થાય છે. ૧૯૯૦ થી ૧૯૯૭ દરમ્યાન ભારતમાં અપૂરતા પોષણથી પીડાતા લોકોની સંખ્યા બે કરોડ જેટલી ઘટી ગઈ હતી. છેલ્લા ચાર વર્ષમાં આ સંખ્યા ૧ કરોડ ૯૦ લાખ જેટલી વધી ગઈ છે. ૨૦૦૧ માં વિશ્વમાં ૮૪ કરોડ લોકો અપૂરતા પોષણથી પીડાતા લોકોની સંખ્યા બે કરોડ ઘટી ગઈ હતી. બીજી બાજુ ચીન સહિત ૧૯ દેશોમાં કુપોષણ સતત ઘટાડો જોવા મળે છે.

ગાંધીજીના મતે મનુષ્ય શરીરની રચનામાં દાંત, હોજરી વગેરી શાકાહારી છે. માટે તેઓ ખોરાકમાં શાકભાજી અને ફળોને વિશેષ મહત્વ આપતા હતા. વ્યકિતીનું જીવન હવા,પાણી વગર શક્ય નથી, તેમ મનુષ્યોનો નિર્વાહ ખોરાકથી જ થાય છે. જેમાં અનાજ મુખ્ય છે. તેઓ ખોરાકના ત્રણ પ્રકારો પાડે છે.શાકાહારમાં તેઓ ફળ અને શાકભાજી વગેરેનો શમાવેશ કરે છે. સાથે તેઓ સ્ટાર્ચ પ્રધાન અનાજ પછી સ્નાયુ બાંધનાર કઠોળને બીજું સ્થાન આપી ત્રીજા સ્થાને શાકભાજી અને ફળોને આપે છે.

મારા સ્વપ્નનું ભારત પુસ્તકમાં ગાંધીજી જણાવે છે કે,કોઈ પણ આધુનિક ખોરાક અને વિટામિન વિશેના પુસ્તકોમાં ભોજન સાથે કાચી લીલી ભાજી લેવાની ભલામણ કરે છે. દરેક ગામમાં સહેલાઈથી માત્ર ચુંટી લેવાની મહેનતે ભાજી મળે છે. ગામડાની આર્થિક નવરચનાનું કામ ખોરાકના સુધારાતથી સારૂ કરવામાં આવ્યું છે. સાદામાં સાદાને સોધામાં સોધા ખોરાક

શોધી કાઢવા એ આવશ્યક છે જેથી ગામડાના લોકો પોતાના ખાયેલું સ્વાસ્થ્ય પાછું મેળવી શકે. ખોરાકમાં ભાજીનો સમાવેશ કરવામાંઆવે તો ઘણા રોગથી મુક્ત થવાય છે.

ગાંધીજી ફળ, શાકભાજી ઉપરાંત ઓષધિય વિશે પણ મહ્ત્વના અભિપ્રાયો આપ્યા છે. કુદરતી ઉપચારમાં ઓછામાં ઓછું ખર્ચ અને ઓછામાં ઓછી મહેનત હોય છે,આદર્શ એટલા માટે છે કે ઉપચારના સાધનો ગામડામાં હોય છે. વ્યકિત સાજો થવાનો ઉપાય પોતાની મેળે શોધી લે છે. શરીરમાથી ઝેરી તત્વો કાઢી પાછા બિમાર ન પાડવાનો પ્રયત્નો કરે છે.

ગાંધીજી કુદરતી ઉપચારનો એવો અર્થ છે કે સ્વાસ્થયના નિયમો જાણી લઈને યોગ્ય ખોરાક લેવામાં આવે તો દરેક વ્યકિત પોતાનો દાક્તર બની શકે છે.કોઈ પણ રોગ કુદરતી નિયમોનાભંગથી થતો હોય છે અને આનો ઉપચાર ભાતભાતની ઓષધિઓ દ્રારા કરવાની હિમાયત તેઓ કરે છે.

સાચું સ્વરાજ ગામડાઓમાં વસેલું છે અને ગ્રામીણ વિસ્તારોનો મુખ્ય વ્યવસાય ખેતી છે. માટે ખેતીની સમૃદ્ધી વગર ભારતનું સ્વપ્ન અધૂરું છે. બાગાયતી ખેતી દ્રારા ગ્રામીણ સમાજમાં આર્થિક નવરચના, અપૂરતા પોષણના આંકમાં ઘટાડો તથા વધુ રોજગારી પૂરી પાડી શકાશે. આખેડૂતોની આર્થિક સ્થિતીમાં સુધારો કરી શકાશે. આ સંબંધમાં ગાંધીજી પણ બાગાયતી ખેતીની તરફેણ કરી હતી.

૨.૪ બાગાયતી ખેતી અને સજીવ ખેતી:

ભારતમાં હરયાળી ક્રાંતીએ ખેત ઉત્પાદન વધાર્યું છે તેમ છતાં તેણે જમીન જન્ય સાધનોમાં ઘટાડો, જૈવિક વિવિધતામાં ઘટાડો, પાણીનું

પ્રદૂષણ માનવી,વનસ્પતિ અને પ્રાણી સૃષ્ટી પર નુકશાન પહોચાડયું છે. આ બીન ટકાઉ ખેતી પધ્ધતી પ્રત્યે હવે ગંભીરતાથી, ધ્યાન આપવાની જરૂર છે અને વિકાસરૂપે વ્યૂહરચના તૈયાર કરવાની જરૂર છે કે જે વધતી જતી વસ્તીને ખોરાક પૂરો પાડે અને જેના પર ઉત્પાદનનો આધાર છે. એવા સાધનો પ્રદુષિત ન કરે, તેની ઉત્પાદકતામાં ઘટાડો પણ ન કરે માટે સેન્દ્રિય વૈવિધ્ય લાવવાની ખાસ પ્રકારની ખેતી ખેતી છે કે જેનો હેતુ ફક્ત ઊચી ગુણવત્તા વાળા પોષક તત્વોથી ભરપૂર વસ્તુ મેળવવાનો જ નહીં પરંતુ ગ્રામીણ પ્રજા માટે વધુ આવક, રોજગારીની તકો તથા પર્યાવરણને અનુકૂળ વાતાવરણ ઊભું કરવાનો પણ છે સજીવ ખેતી જમીનની ફળદ્રુપતા સાચવે છે.

- **સજીવ ખેતી એટલે શું?**

સજીવ ખેતી ખાધ પદાર્થ ઉત્પન્ન કરવાની એવી પધ્ધતી છે કે, જેમાં પ્રણાલીગત સેન્દ્રિય પદાર્થો જેવા કે પશુઓના છાણ, મૂત્ર,પાકની ફેરબદલી,પાક લીધા પછી ભાગનો ફેર ઉપયોગ લીલો પડવાસ,જૈવિક ખાતરો, વનસ્પતિ જન્ય જંતુનાશક દવાઓ અને પશુપાલનની આધુનિક પધ્ધતી શાથે સંયોજન કરી ખેતર બહારના સાધનો પર વધુ આધાર ન રાખી નફો વધારવો.

- **સજીવ ખેતીના ફાયદા:**

સજીવ ખેતીના અનેક ફાયદાઓ છે. જમીનમાનું વહી જતું પાણી અને ધોવાણ અટકાવવા, જમીનના રાજકણનું બંધારણ કરવા,છિદ્રાળુ બનાવી તેમાં ઓકિસજનનું પ્રમાણ વધારવા, જમીનમાં પોષક તત્વો તેમજ પાણી

સંગ્રહ કરવાની શક્તિમાં વધારો કરવા,ઉત્સેચકો તેમજ અંતઃસ્ત્રાવોનું પ્રમાણ વધારવા, અલભ્યો તત્વો લભ્ય બનાવવા, જમીનના તાપમાનમાં થતાં ફેરફારો પર નિયંત્રણ કરવાં, ખારી તેમજ ભાસ્મિક જમીનમાં સુધારો કરવા ઉપરાંત સૂક્ષ્મ જીવણુંઓને ખોરાક પુરો પાડવા સજીવ ખેતી ઉપકારક છે.

➢ **બાગાયતી પાકોમાં સજીવ ખેતીની પ્રસ્તુતા દર્શાવતા સંશોધનો** :

બાગાયતી પાકોમાં સજીવ ખેતીની પ્રસ્તુતા સાબિત કરતાં જે સંશોધનો થયા છે તેની વિગત નીચે પ્રમાણે છે

૧. નાઈજીરિયા ખાતે કેળાંની કેટલીક જાતો અને હાઈટ્રિડ્સના વાવેતરમાં ફક્ત સેન્દ્રિય ખાતર આપવામાં આવેલ. ખેતરની સિંગાટોકા રોગગ્રસ્ત છોડનું વાવેતર કરેલ તેમ છતાં સેન્દ્રીય ખાતર મેળવનાર છોડ રોગમુક્ત રહી, ઓછી ઊચાઇવાળા રહી, વહેલાં ફુલ આવ્યાં, મોટા કદના ફળો થયાં અને વધુ વજનવાળી લૂમ મળી હતી.

૨. ઈઝરાઈલ ખાતે સને ૧૯૭૩ માં થયેલ કેળ પાકમાં અખતરા મુજબ હેક્ટર દીઠ ૮૦ ટન સારું કોહવાયેલ છાણિયું ખાતર આપવાથી છોડનો સારો વિકાસ થયો, ફુલ વહેલાં આવવા સાથે ફુલ આવવાથી લૂમ ઉતારવા સુધી જે ગાળો ટુકો થવાં સાથે ૩૩% જેટલું ઉત્પાદન વધારે જોવા મળ્યું.

૩. તામિલનાડું કૃષિ યુનિવર્સિટી, કોઇમ્બતુર ખાતે સને ૧૯૯૯ -૨૦૦૦ માં કેળાની નેન્દ્રન જાત પર સંશોધન કરવામાં આવ્યું. જેના પરિણામ મુજબ નાઇટ્રોજન તત્વ યુરિયાના રૂપમાં વાપરવાથી સૌથી વધુ અને વહેલું ઉત્પાદન મળવા સાથે જમીનમાં કૃમિની સંખ્યામાં પણ ખૂબ વધારો થયેલ

હતો. જ્યારે યુરિયાના જથ્થામાં ઘટાડો કરી છાણિયું ખાતર, લીંબોળી ખોળ અને લીલા પડવાસથી કૃમિની સંખ્યામાં ૧૭% થી ૪૪% ઘટાડો થયો હતો.

૪. નવસારી કૃષિ યુનિવર્સિટીના ફાર્મ પર લેવામાં આવેલ સેન્દ્રીય ખેતીના અખતરાઓ.

અ.નં.	સેન્દ્રીય ખેતી	રોપણી તારીખ	જાત
૧	કેળ	૫-૭-૨૦૦૪	ગ્રેનનાઇટ
૨	પપૈયાં	૨૮-૮-૨૦૦૪	રેડ લેડી
૩	શેરડી	૧-૧-૨૦૦૫	સી.ઓ.એલ.કે. ૮૦૦૧
૪	સુરણ	-	દેશી
૫	રતાળુ	-	દેશી
૬	હળદર	-	સુગંધમ

ઉપરોક્ત પાકોમાં કરાયેલા અવલોકન મુજબ રોગ તેમજ જીવાતનો ઉપદ્રવ જાણવા મળ્યો ન હતો અને પાકોની વૃદ્ધિ સંતોષકારક હતી. ઉપરના પાકો ગુજરાતમાં કોઈપણ વિસ્તારમાં જ્યાં પાણીની સગવડ હોય તે જગ્યાએ સેન્દ્રિય ખેતી પધ્ધતિથી લઈ શકાય છે. સૌરાષ્ટ્રમાં મગફળી, કપાસ તેમજ આંબાના પાકોમાં સેન્દ્રિય ખેતી અપનાવી શકાય છે.

➢ **સજીવ બાગાયતી પાકોનું બજાર:**

વિશ્વમાં સજીવ ખેતી દ્વારા ઉત્પાદન થયેલ પાકોનું વેચાણ થાય છે. સજીવ ફળોની ઉત્પાદન પધ્ધતી, વેપારીઓ અને પેકિંગ કરનારે ઉત્પાદન માટે કેવી પધ્ધતીઅપનાવી જાણકારી ઓછી છે અને આ પ્રક્રિયા

ઘણી જટીલ છે. સમય જતાં આ મુશ્કેલીઓ દૂર થાય તેમ રહેલી છે. બાગાયતી પાકોની ખેતીમાં ખેતી હેઠળનો વિસ્તાર તથા વ્યાપ વધારવા માટે પાકનું ગુણવત્તા પ્રમાણપત્ર સાથે બજારમાં મૂકવા માટે સહકારી ધોરણે પ્રયત્નો થવા જરૂરી છે. પ્રદૂષણથી બચવા, રોગોને દૂર કરવો, આરોગ્યની ઉચી ટકાવારી સિદ્ધ કરવા ખોટા ખેતી ખર્ચા ઘટાડવા સજીવ ખેતી જરૂરી છે.

૨.૫ બાગાયતી પાકો અને મૂલ્ય વૃદ્ધિ:

મોટા ભાગના બાગાયતી પાકોની ઉપજ લાંબા સમય સુધી ટકાવી શકાતી નથી માટે બજારમાં એક સાથે માલનો ભરાવો થાય છે. આવી પરિસ્થિતીમાં ખેડૂતોને યોગ્ય ભાવ મળતા નથી. મૂલ્યવૃદ્ધિની પ્રકિયા પછી ઊપજનું વેચાણ કરવામાં આવે તો ખેડૂતોને પોષણક્ષમ ભાવ મળી રહે. આધુનિક પદ્ધતિ દ્વારા પાકોના ઉત્પાદનમાં મૂલ્યવૃદ્ધિ કરી વધારે આવક મેળવી શકાય છે.

- **મૂલ્યવૃદ્ધિ એટલે શું?**

કોઈપણ વ્યક્તિ કંપની કે સંસ્થા પોતાના ઉત્પાદનના મૂલ્યમાં વધારો કરવા વિવિધ ઉપાયો કરે છે. જેને પરિણામે ઉત્પાદનના મૂલ્યમાં વધારો થાય છે તેને મૂલ્યવૃદ્ધિ તરીકે ઓળખવામાં આવે છે.

સમગ્ર વિશ્વમાં ભારત ફળો અને શાકભાજીના ઉત્પાદનમાં અનુક્રમે 11% અને 7% ના ફાળા સાથે બીજુ સ્થાન ધરાવે છે પરંતુ માળખાકીય સગવડતાઓનો અભાવ,ઓછું મૂડીરોકાણ, ટેક્નોલોજીકલ જ્ઞાનના ઓછો ઉપયોગને લીધે બાગાયતી પેદાશ વપરાશ પહેલા 30% જેટલી બગડી જાય છે. ભારત અને ગુજરાતમાં પેદાશના ફક્ત 1.5 થી 2%

જ મૂલ્યવૃદ્ધિ થાય છે. જ્યારે બ્રાઝિલમાં 70% કૃષિ પેદાશમાં મૂલ્યવૃદ્ધિ થાય છે. આમ ભારતમાં મૂલ્યવૃદ્ધિનું પ્રમાણ ખુબ ઓછું છે.

➢ **ફળ પાકોમાં મુલ્યવૃધ્ધિના ફાયદા:**

૧. ફળો ઉતાર્યા પછી થતો બગાડ અટકાવી શકાય છે.

૨. સંગ્રહ શકિત અને ગુણવત્તામાં વધારો કરી શકાય છે.

૩. નિકાસનો અવકાશ વધે છે, હુડિયામણ મેળવી શકાય છે.

૪. ઊપજના સારા ભાવ મેળવી શકાય છે.

૫. ગુણવત્તા સભર જાતો તૈયાર કરી ખોરાક મોટા પોષકતત્વોવાળા ફળો પેદા કરી શકાય છે.

૬. ફળોની વિવિધ બનાવટો બનાવતા ઉદ્યોગો દ્વારા રોજગારી ઉભી કરી શકાય છે.

૭. દરેક ઋતુમાં ફળોનું સ્વાદ માણી શકાય છે.

૮. પેદાશની સંગ્રહશકિતમાં વધારો કરી શકાય છે.

➢ **ફળ પાકોમાં મુલ્યવૃધ્ધિની પધ્ધતીઓ:**

૧. વર્ગીકરણ (ગ્રેડીગ)

૨. ફળપાકોનું રૂપાંતરણ (પ્રોસેસિંગ)

૩. પેકીગ

૪. શીતાગારનો ઉપયોગ કરવો (કોલ્ડ સ્ટોરેજ)

૫. ઉત્પાદન અંગેનું પ્રમાણપત્ર મેળવવું.

૬. સેન્દ્રિય ખેતી દ્વારા ફળ ઉત્પન્ન કરવું.

૭. ફળ પરીક્ષણ:

❖ મીઠાના દ્રાવણમાં ફળોનો સંગ્રહ

❖ ખાંડના દ્રાવણમાં ફળોનો સંગ્રહ

❖ સુકવણી દ્વારા ફળોનો સંગ્રહ

❖ કેનીગ પધ્ધતિમાં ફળ કે જેના રસથી ડબ્બા ભરવા, હવા કાઢવી, શીલ કરવા, નિર્જીવકરણ કરી ઠંડુ પાડવું વગેરે પ્રક્રિયા કરવામાં આવે છે.

❖ રસાયણ પધ્ધતિમાં ફળને પોટેશીયમ મેટાબાય સલ્ફાઇટ અને સોડિયમ બેન્જોએટથી પરીક્ષણ કરવામાં આવે છે.

દરેક આ પધ્ધતિઓ ઉપરાંત કલમ તથા સંકર જાતોનું વાવેતર કરવું, બજારની માંગ પ્રમાણે ફળપાકો ઉત્પન્ન કરવા, પરીક્ષણ માટે ખાસ પ્રકારની જાતોનો ઉપયોગ અને જાહેરાત તથા વિજાણું સાધનોનો ઉપયોગ દ્વારા ફળોમાં મૂલ્યવૃધ્ધિ કરી શકાય છે.

૨.૬ બાગાયત વિકાસ માટેની સહાયક યોજનાઓઃ

દિન પ્રતિદિન બાગાયતી પાકોના વાવેતર વિસ્તાર ક્રમશઃ વધી રહયો છે. બાગાયતી ખેતીના વિકાસ માટે ખેડૂતો રસ લેતાં થાય તે માટે કેન્દ્ર તથા રાજય સરકારે બાગાયત ખાતા દ્વારા ઘણી યોજનાઓ અમલમાં મૂકી છે. સરકારની બાગાયતી વિકાસ માટેની યોજનાઓનો ટુંકમાં ઉલ્લેખ કરવામાં આવે છે.

➢ **બાગાયતી વિકાસ માટે સહાયક યોજનાઓઃ**

૧. બાગાયતી ફળ પાકોના વાવેતર વિસ્તાર વધારવાનો કાર્યક્રમ એ.જી.આર.-૭૬

૨. બાગાયતી ફળ વિસ્તાર વધારવા માટે પ્રકાશન, પ્રદર્શન, ફરીફાઇ, નાળિયેર બીજ ખરીદી તથા આંતર માળખાકીય સુવીધા એ.જી.આર.-૭૭

૩. ખાસ અંગભૂત કાર્યક્રમ હેઠળ શાકભાજી, મસાલાના કીટ્સ તથા ફળઝાડ કલમો રોપ સહાયના દરે આપવા એ.જી.આર.-૮૭

૪. આદિવાસી વિસ્તારના ફળઝાડની ખેતીને ઉત્તેજન માટે આદિવાસી ખેડૂતોને કલમો, રોપા ખરીદવા માટેની સહાય આપવાની યોજના એ.જી.આર.-૮૯

૫. આદિવાસી વિસ્તારમાં શાકભાજી ખેતીને ઉત્તેજનની યોજના તથા કોલઘા કાથોડી આદિવાસી ખેડૂતો માટે સહાયની યોજના એ.જી.આર.-૯૫

૬. ઉત્પાદક સહકારી મંડળીઓને ફળો અને શાકભાજીના વેચાણ માટેની યોજના એ.જી.આર.-૧૦૭

૭. આંબા-ચીકુ પાકમાં ફળમાખી નિયંત્રાણ તથા સ્પોન્જી ટીસ્યુ નિયંત્રાણની યોજના એ.જી.આર.-૧૧૦

૮. ફળો અને શાકભાજીની ઉત્પાદન પ્રક્રિયા માટે મહિલાઓને રોજગાર તાલીમ આપવાની યોજના એ.જી.આર.૧૦૬

૯. ફુલોની ખેતીના વિકાસ તથા નાગરવેલની ખેતીના વિકાસની યોજના એ.જી.આર.૧૧૧

➢ **નેશનલ હોર્ટીકલ્ચરબોર્ડ દ્વારા સંચાલિત વિવિધ સહાય યોજનાઃ**

ભારત સરકાર સંચાલિત નેશનલ હોર્ટીકલ્ચર બોર્ડ દ્વારા નીચે જણાવેલ વિવિધ હેતુઓ માટે કેટલીક યોજનાઓ ખેડૂતોના ફાયદા માટે જાહેર કરવામાં આવી છે. જેની માહિતી નીચે મુજબ છે.

૧. ઉત્પાદન તથા કાપણી પછીની વ્યવસ્થા દ્વારા બાગાયતનો વ્યાપારી ધોરણે વિકાસ

❖ **ઉત્પાદનલક્ષી યોજનાઓ:**

ઉંચી ગુણવત્તા ધરાવતા બાગાયતી પાકો, ભારતમાં પેદા થતાં પાક તથા છોડ, સુગંધિત તથા ઔષધિય છોડ, બિયારણ તથા નર્સરી, બાયોટેકનોલોજી, ટીસ્યુકલ્ચર, બાયો પેસ્ટીસાઇડસ, ઓર્ગેનિક ફુડ્સ, કૃષિ / બાગાયતની બેરોજગાર સ્નાતકો દ્વારા હોર્ટીકલ્ચર હેલ્થ કલિનિક / લેબોરેટરીની સ્થાપના કન્સલટન્સી સર્વિસ, મધમાખી ઉછેર વગેરે.

❖ **કાપણી પછીની વ્યવસ્થા અને પ્રોસેસીગલક્ષી યોજનાઓ:**

ગ્રેડીગ / વોશિંગ / શોર્ટીગ / ડ્રાઈગ / પેકીગ સેન્ટર, પ્રી-કુલીગ યુનિટ/ કોલ્ડ સ્ટોરેજ, રીફરવાન/ કન્ટેઈનર્સ, ખાસ પરીવાહન વાહનો, રીટેઇલ આઉટલેટ/ ઓકશન (હરાજી) પ્લેટફાર્મ, રાઇપનીગ / કયોરીગ ચેમ્બર, માર્કેટ યાર્ડ / રોપ-વે, રેડીયેશન યુનિટ, વીએચટી યુનિટ, પ્રોડકસનું પ્રાયમરી પ્રોસેસીગ, બાગાયતી સાધનો માટેના ઉદ્યોગો (ટુલ્સ, ઇકવીપમેન્ટસ, પ્લાસ્ટિક પેકેજીંગ વગેરે) કેટસ, કાર્ટન, એસેપ્ટીક પેકેજીંગ અને નેટ વગેરે.

૨. બાગાયત પેદાશોના સંગ્રહ / કોલ્ડ સ્ટોરેજના બાંધકામ વિસ્તૃતીકરણ / આધુનીકીકરણ માટે મૂડીરોકાણોની સહાય

૩. ટેકનોલોજીનો વિકાસ તથા વિસ્તણ:

❖ **નવી ટેકનોલોજીની ઓળખ:**

ઉત્પાદનલક્ષી પ્રોજેકટ માટે ૧૦૦% નાણાંકીય સહાય રૂા.૧૦ લાખની મર્યાદામાં અને સંશોધન તથા વિકાસ માટેના પ્રયત્નો માટે રૂા.૨૫ લાખની મર્યાદામાં સહાય.

❖ **ભારત કે પરદેશના નિષ્ણાંતની સેવા:**

જે ખરેખર ખર્ચ થાય તે.

❖ **સેમિનાર:**

સેમિનારદીઠ રૂા. ૫૦ હજાર આપવા, રાજય કક્ષાના સેમિનાર માટે રૂા.૩ લાખ, રાષ્ટીય સેમિનાર માટે રૂા.૫ લાખ અને આંતર રાષ્ટ્રીય સેમિનાર માટે રૂા.૧૦ લાખની સહાય.

❖ **ગ્રામ્ય વિસ્તારમાં પોષણ બગીચા બનાવવા:**

૧. ફળપાકાના છોડવા અને શાકભાજીના બીનું વિતરણ:

એક કુટુંબદીઠ રૂા.૨૫૦ ના મીનીકીટની સહાય

૨. ઝીરો એનર્જી કુલ ચેમ્બર્સ:

નિદર્શન માટે પસંદ કરેલ ગામને રૂા.૨૫૦૦ સુધી ઝીરો એનર્જી કુલ ચેમ્બર માટેની સહાય

❖ બાગાયતી પાકો માટે બજાર અંગેની માહિતી પુરી પાડવી:
વિવિધ બાગયતી પાકોની પેદાશોના વિવિધ બજારોના જથ્થાબંધ ભાવ, તેની વધ ઘટની માહિતી તથા માધ્યમો અને પ્રકાશન દ્વારા માહિતીના ફેલાવા દ્વારા ખેડૂતો, નિકાસકારો, ડીલર, સંશોધન સંસ્થાઓ વગેરેને મદદ કરવામાં આવે છે.

❖ હોર્ટીકલ્ચર પ્રમોશન સર્વિસ:
રાજયના ચોકકસ વિસ્તારમાં બાગાયતી વિકાસ માટે હાથ ધરવામાં આવતા ટેક્નો ઈકોનોમિક ફિઝીબીલીટી અભ્યાસ ધંધાકીય સલાહકાર દ્વારા હાથ ધરવામાં આવે છે. બાગયત અંગેની મુશ્કેલીઓ જાણી તે અંગેના ઉપાયો સુચવવા. ટુકા અને લાંબાગાળાની વ્યૂહ રચના વિકસાવવી તેમજ કન્સલટન્સી અને નિષ્ણાંત તરીકેની સેવા પુરી પાડવી વગેરે માટે ૧૦૦% નાણાંકીય સહાય.

➢ ગુજરાત હોર્ટીકલ્ચર મિશન:
દેશમાં બાગાયતના સર્વાંગી વિકાસ માટે કેન્દ્ર સરકાર દ્વારા સને ૨૦૦૫-૦૬ના વર્ષથી નેશનલ હોર્ટીકલ્ચર મિશન અમલમાં મૂકવામાં આવેલ છે. રાજય કક્ષાએ તેના અમલીકરણ માટે ગુજરાત સરકારે હોર્ટીકલ્ચર મિશનની સ્થાપના કરી છે. વર્ષ: ૨૦૦૫-૦૬ માં આ મિશન હેઠળ રૂા.૬૮.૪૪ કરોડ નાણાંકીય જોગાવઇ કરવામાં આવેલ છે. રાજયમાં હોર્ટીકલ્ચર મિશન હેઠળ નીચે મુજબના જિલ્લાઓના મુખ્ય બાગાયતી પાકોને આવરી લેવામાં આવેલ છે.

જિલ્લાઓના મુખ્ય બાગાયતી પાકો (કોષ્ટક ૨.૪)

અ.	આવરી લેવાયેલ જિલ્લા	આવરી લેવામાં આવેલ પાકો
૧	વલસાડ	આંબા, કેળ, ચીકુ, ઔષધિય, સુગંધિત અને ફુલ પાકો
૨	નવસારી	આંબા, કેળ, ચીકુ, ઔષધિય, સુગંધિત અને ફુલ પાકો
૩	સુરત	આંબા, કેળ, ચીકુ, પપૈયા, ઔષધિય, સુગંધિત અને ફુલ પાકો
૪	ભાવનગર	ચીકુ, પપૈયા, આંબળા, લીબું, જીરૂ અને ફુલ પાકો
૫	વડોદરા	કેળ, પપૈયા, આંબળા, લીબું, જીરૂ, ઔષધિય, સુગંધિત અને ફુલ પાકો
૬	આણંદ	કેળ, પપૈયા, આંબળા, લીબું, જીરૂ, ઔષધિય, સુગંધિત અને ફુલ

		પાકો
૭	જુનાગઢ	આંબા, ચીકુ, પપૈયા, જીરૂ, ઔષધિય, સુગંધિત અને ફુલ પાકો
૮	અમરેલી	આંબા અને જીરૂ
૯	મહેસાણા	આમળા, લીબું, જીરૂ અને વરીયાળી
૧૦	સાબરકાંઠા	આમળા, લીબું, જીરૂ, વરીયાળી ઔષધિય, સુગંધિત ફુલ પાકો

➢ **ગુજરાતમાં બાગાયત ખાતાની સહાયક યોજનાઓઃ**

૧. એ.જી.આર. ૨૩ ગુજરાત સંકલિત બાગાયતી વિકાસ કાર્યક્રમ

૨. એ.જી.આર. ૨૪ આદિજાતિ વિસ્તારમાં બાગાયતી વિકાસ કાર્યક્રમ

૩. એ.જી.આર. ૨૫ અનુસૂચિત જાતિના ખેડૂતો માટે ખાસ અંગભૂત યોજના

૪. એ.જી.આર. ૨૬ ફળ અને શાકભાજીની જાળવણી અને તાલીમની યોજના

૫. એ.જી.આર. ૨૭ ગુજરાત રાજયમાં બાગાયતી વિકાસ અંગેની કેન્દ્ર પુરસ્કૃત કાર્યક્રમની યોજના

૬. એ.જી.આર.૨૮ લલણી પછીની પૂર્વ જરૂરીયાતો અને બાગાયતી પેદાશોની પ્રક્રિયાની યોજના

આમ, ગુજરાતમાં બાગાયત વિકાસ વિવિધ પ્રોત્સાહક તથા સહાયક યોજનાઓ દ્વારા કરવામાં આવી રહયો છે.

➢ **ભારત અને ગુજરાતમાં બાગાયતી પાકોઃ**

ભારતમાં મુખ્ય બાગાયતી પાકો

(વિસ્તાર મિલિયન હેકટરમાં, ઉત્પાદન મિલિયન ટનમાં)

અ.નં.	**પાક**	**૨૦૦૧-૦૨**		**૨૦૦૫-૦૬**	
		વિસ્તાર	**ઉત્પાદન**	**વિસ્તાર**	**ઉત્પાદન**
૧	ફળપાકો	૪.૦૦	૪૩.૦૦	૫.૯	૫૪.૪
૨	શાકભાજી	૬.૨૦	૮૮.૬૨	૭.૨	૧૧૩.૫
૩	મસાલા પાકો	૩.૨૨	૩.૭૭	૩.૨	૯.૮
૪	પ્લાન્ટેશન પાકો	૧.૦૩	૦.૭૯	૩.૨	૫.૯
૫	ફુલ પાકો	૦.૧૧	૦.૫૪	૦.૧	૦.૮
૬	અન્ય	૦.૧૨	૦.૧૭	૦.૪	૦.૫
	કુલ	૧૪.૬૮	૧૩૬.૮૯	૨૦.૦	૧૮૪.૯

નોંધઃ નાળિયેરના પાકને બાદ કરતાં

ઉપરોક્ત કોષ્ટક મુજબ જોઇ શકાય છે કે, ભારતમાં બાગાયતી પાકોના વાવેતર વિસ્તાર તથા ઉત્પાદનમાં વધારો થતો જાય છે. ૨૦૦૫-૦૬ દરમ્યાન કુલ બાગાયતી પાકોના વાવેતર વિસ્તારમાં ફળપાકો હેઠળ ૨૯.૫ ટકા અને શાકભાજી હેઠળ ૩૬.૦૦ ફાળો ધરાવે છે. જયારે ઉત્પાદનમાં અનુક્રમે ૨૬.૪૨ ટકા અને ૬૧.૩૮ ટકા હિસ્સો ધરાવે છે. ૨૦૦૧-૦૨ થી ૨૦૦૫-૦૬ દરમ્યાન બાગાયતી પાકોનો વાવેતર વિસ્તારનો વાર્ષિક વૃધ્ધિ દર ૭.૨૫ અને ઉત્પાદનનો વાર્ષિક વૃધ્ધિ દર ૭.૦૧ છે.

- **ગુજરાતમાં બાગાયતી પાકોઃ**

ગુજરાતમાં કુલ વાવેતર વિસ્તાર ૧૦,૬૯૦ હજાર હેકટર છે. જેમાં ૧૧૦૩.૬ હજાર હેકટરમાં બાગાયતી ખેતી કરવામાં આવે છે. જે ૧૦.૩ ટકા વિસ્તાર ધરાવે છે. વિવિધ બાગાયતી પાકોનો વાવેતર વિસ્તાર અને ઉત્પાદન ઉપરોક્ત કોષ્ટકમાં દર્શાવવામાં આવેલ છે.

ગુજરાતમાં મુખ્ય બાગાયતી પાકો

(વાવેતર વિસ્તાર હજાર હેકટરમાં, ઉત્પાદન લાખ ટનમાં)

અ.નં.	પાક	૧૯૯૫-૯૬		૨૦૦૫-૦૬	
		વિસ્તાર	ઉત્પાદન	વિસ્તાર	ઉત્પાદન
૧	ફળપાકો	૧૬૦.૦૨	૨૧.૨૯	૨૯૦.૨૧	૪૬.૯૧
૨	શાકભાજી	૧૭૦.૦૩	૨૦.૮૯	૩૮૦.૧૮	૬૩.૦૮
૩	મસાલા પાકો	૧૯૫.૨૨	૨.૧૦	૪૨૬.૦૯	૫.૦૬
૪	ફુલ પાકો	N.A.	N.A.	૭.૧૨	૦.૪૨
	કુલ	૫૨૫.૨૬	૪૪.૨૮	૧૧૦૩.૬	૧૧૫.૪૭

સૂચિત દાયકા દરમ્યાન બાગાયત પાકોના વાવેતર વિસ્તાર અને ઉત્પાદનમાં અનુક્રમે ૧૧ ટકા અને ૧૬.૧ ટકા વાર્ષિક વૃધ્ધિ દર જોવા મળે છે.

- **ગુજરાતમાં ફળપાકોઃ**

ગુજરાતમાં ૧૩ મુખ્ય ફળપાકોનું વાવેતર કરવામાં આવે છે. વર્ષ ૨૦૦૫-૦૬માં ૨૯૦.૨૧ હજાર હેકટર વાવેતર વિસ્તાર હેઠળ છે. અને ઉત્પાદન ૪૬૯૦.૫૦ હજાર ટન થયું છે. કુલ બાગાયતી પાકોના વાવેતર વિસ્તારમાં ૨૬.૩ ટકા ફળપાકોનું વાવેતર વિસ્તારમાં કેરી ૩૩.૧ ટકા અને ઉત્પાદનમાં ૧૬.૫ ટકા સૌથી હિસ્સા ધરાવે છે.

ગુજરાતમાં વિવિધ ફળપાકો

(વાવેતર વિસ્તાર હજાર હેકટરમાં, ઉત્પાદન હજાર ટનમાં)

અ.નં.	પાક	૧૯૯૫-૯૬		૨૦૦૫-૦૬	
		વિસ્તાર	ઉત્પાદન	વિસ્તાર	ઉત્પાદન
૧	કેરી	૫૨.૮૦	૨૯૦.૪૦	૯૬.૦૩	૭૭૨.૧૩
૨	ચીકુ	૧૩.૭૧	૧૨૦.૪૯	૨૪.૮૩	૨૩૫.૬૮
૩	સાયટ્રસ	૧૦.૧૦	૭૩.૧૫	૩૦.૫૩	૩૦૩.૩૪
૪	બોર	૧૩.૬૨	૧૦૯.૬૯	૧૩.૭૧	૧૩૪.૫૨
૫	કેળાં	૨૭.૫૫	૧૦૭૦.૯૩	૪૯.૨૩	૨૪૯૮.૮૦
૬	જમરૂખ	૭.૬૬	૧૪૩.૩૫	૬.૯૯	૯૮.૭૧
૭	દાડમ	૩.૦૬	૨૨.૩૯	૩.૭૮	૩૮.૧૮
૮	ખજુર	૯.૩૦	૪૫.૭૬	૧૩.૨૯	૯૨.૮૯
૯	પપૈયા	૩.૨૧	૧૨૭.૫૧	૭.૭૩	૩૨૩.૦૩
૧૦	સીતાફળ	-	-	૩.૯૭	૩૪.૩૨
૧૧	આમળાં	-	-	૧૨.૬૨	૧૦૫.૮૭
૧૨	કાજું	-	-	૫.૮૯	૧૨.૯૧
૧૩	નાળિયેર	૧૨.૫૮	૯૪.૯૬	૧૪.૬૫	૧૨૭.૧૦
૧૪	અન્ય	૭.૪૩	૨૬.૯૬	૬.૯૫	૪૦.૧૬
	કુલ	૧૬૦.૦૨	૨૧૨૮.૫૫	૨૯૦.૨૧	૪૬૯૦.૫૦

૧૯૯૫-૯૬ થી ૨૦૦૫-૦૬ ના દાયકા દરમ્યાન ફળપાકોના વાવેતર વિસ્તાર અને ઉત્પાદનોમાં વાર્ષિક વૃધ્ધિ દર અનુક્રમે ૮.૧૩ ટકા અને ૧૨.૦૭ ટકા છે. જયારે કેરીના પાકનો વાવેતર વિસ્તર અને ઉત્પાદનનો વૃધ્ધિ દર અનુક્રમે ૮.૧૮ ટકા અને ૧૬.૬ ટકા છે. અને કેળાં પાકનો વાવેતર વિસ્તાર અને ઉત્પાદનનો વાર્ષિક વૃધ્ધિ દર અનુક્રમે ૭.૯ ટકા અને ૧૩.૩ ટકા છે.

આમ,બાગાયતી ખેતી વિશે ટૂકમાં ખ્યાલ આપવામાં આવેલો છે.

પ્રકરણ-3

અભ્યાસક્ષેત્રનો પરિચય

પ્રસ્તાવના

આ પ્રકરણમાં ગુજરાત રાજયનો સામાન્ય પરિચય આપવામાં આવ્યો છે, જિલ્લા,તાલુકા તથા ગામની ભૌગોલિક વસ્તી વિષયક અને શિક્ષણની માહિતી સાથે ખેતી અને બાગાયતી ખેતીની વિગત દર્શાવવામાં આવી છે.

૩.૧ રાજયનો પરિચય:

૧ લી મે,૧૯૬૦ના રોજ ગુજરાત મુંબઈ રાજ્યમાંથી છૂટું પડી એક અગલરાજ્ય તરીકે અસ્તિત્વમાં આવ્યું. ગુજરાત રાજ્ય ભારતના પશ્ચિમ કાંઠા પર ૨૦૦.૦ અને૨૪૦.૭ ઉત્તર અક્ષાંશ તેમજ ૨૮૦.૪ અને ૭૪૦.૭ પૂર્વ રેખાંશ વચ્ચે આવેલું છે. તેનાપશ્ચિમમાં અરબી સમુદ્રે, ઉત્તર પશ્ચિમમાં કચ્છનો અખાત, રાજ્યની ઉત્તરે રાજસ્થાન,ઉત્તરપૂર્વમાં મધ્ય પ્રદેશ, અને દક્ષિણ-પૂર્વમાં મહારાષ્ટ્ર આવેલ છે. ગુજરાત રાજ્યનો કુલવિસ્તાર ૧,૯૬,૦૨૪ ચો.કિ.મી. છે. જે દેશના કુલ વિસ્તારના ૫.૯૬ ટકા છે. રાજ્યમાંકુલ ૩૩ જિલ્લા, ૨૪૮ તાલુકા આવેલા છે.ગુજરાત રાજ્યમાં સરેરાશ વરસાદ અલગ અલગ વસ્તારો મુજબ અલગ અલગજોવા મળે છે. કચ્છના પશ્ચિમ ભાગમાં ૩૦૦ મિ.મી. થી લઈને દક્ષિણમાં વલસાડ અનેડાંગ જિલ્લામાં ૧૫૦૦ મિ.મી.સુધી છે. ચોમાસું સામાન્ય રીતે જૂનથી શરૂ થઈ સપ્ટેમ્બરનાઅંતમાં પુરું થાય છે. ૧લી માર્ચ, ૨૦૧૧ ના રોજ ૦.00 કલાકે ૬.૦૪ કરોડ નોંધાયેલ છે,જે પૈકી ૩.૧૫ કરોડ પુરૂષો અને ૨.૮૯ કરોડ સ્ત્રીઓ છે. જેમાં ગ્રામ્ય વસ્તી ૩.૪૭ કરોડઅને શહેરી

વસ્તી ૨.૫૭ કરોડ છે. દેશના રાજ્યોમાં ગુજરાત વસ્તીની દષ્ટિએ ૧૦મો ક્રમઅને વિસ્તારની દષ્ટિએ ૭મો ક્રમ ધરાવે છે. ભારતના કુલ વિસ્તારના ૫.૯૭ ટકા અનેભારતની કુલ વસ્તીના ૪.૯૯ ટકા વસ્તી ધરાવે છે.

૩.૨ નવસારી જિલ્લાનો પરિચય:

વલસાડ જિલ્લામાથી ૧૯૯૭માં અલગ જિલ્લા તરીકે અસ્તિત્વમાં આવ્યા બાદ નવસારી જિલ્લાએ વિવિધ ક્ષેત્રે પ્રવૃતિની હરણફાળ ભરી છે.જિલ્લામાં આવેલી કુદરતી સંપતિ તથા કુદરતી વરસાદ અને સિંચાઈની સગવડને કારણે કૃષિક્ષેત્રે સારો વિકાસ થયો છે.આની સાથો સાથ મત્સ્યોધોગ અને ખેતી સંલગ્ન ઉધોગોની પણ નોંધપાત્ર પ્રગતિ થયેલી છે.આદિવાસી તથા ગ્રામ્ય વસ્તીનું પ્રમાણ વધારે હોવા છતાં પણ શૈક્ષણિક ક્ષેત્રે નવસારી જિલ્લાની પ્રગતિ ઉલ્લેખનીય છે.

ગુજરાત રાજયના ૧૯૯૭ના સુધારા અનુસાર ૩૩ જિલ્લાઓમાંનો એક નવસારી જિલ્લો છે.નવસારી શહેર એ જિલ્લા મથક છે. અરબી સમુદ્રથી ૨૦ કિ.મી.ના અંતરે પુર્ણા નદીનાં દક્ષિણ કિનારે આવેલું શહેર છે.જિલ્લાનો કુલ વિસ્તાર ૨૧૯૬ ચો.કી. મી. છે.નવસારી જિલ્લામાં ૫ તાલુકા ૩૯૩ ગામો આવેલા છે.તેમાં કુલ ગ્રામ પંચાયત જૂથ પંચાયત-૨૨ છે.

આબોહવા: નવસારી જિલ્લાની આબોહવા સામાન્ય રીતે ગરમ અને ભેજવાળી આબોહવા છે.એપ્રિલ/મે માસમાં ૩૫ થી ૪૦ ગ્રેડ ઉષ્ણતામાન જોવા મળે છે.આ જિલ્લાની ભારે વરસાદવાળા જિલ્લા તરીકેની પહેચાન છે.

જમીન:

નવસારી જિલ્લાની જમીન ડુંગરાળ,ગોરાડું,કાળી અને ભેજવાળી છે.

નદીઓ:

નવસારી જિલ્લામાં મુખ્ય નદીઓ પુર્ણા,અંબિકા,કાવેરી,ખારાપાટ આવેલી છે.

મુખ્ય પાકો:

ડાંગર,શેરડી,કઠોળ અને બાગાયતી ખેતી જેમાં કેરી,ચીકુ,કેળાં વગેરેનો સમાવેશ થાય છે.

બાગાયતી ખેતી:

કોષ્ટકનં.3.૧

નવસારી જિલ્લામા બાગાયતી ખેતી

ક્રમ	બાગાયતી પાકનું નામ	૨૦૦૨-૨003			૨૦૦૬-૨૦૦૭		
		વાવેતર વિસ્તાર હે.આર.	ઉત્પાદન મે.ટન	આર્થિક ઉપાર્જન રૂા. કરોડમાં	વાવેતર વિસ્તાર હે.આર.	ઉત્પાદન મે.ટન	આર્થિક ઉપાર્જન રૂા. કરોડમાં
૧	ફળ પાકો	૧૬,૫૫૦	૧,૩૪,૨૯૦૧૯.૨૫ લાખ નટસ	૧૧૮.૬૩	21,0૮૦	૧,૭૦,૧૦૧ ૨૩.૫૦ લાખ નટસ	૧૨૨.33
૨	શાકભાજી	૭,૯૨૦	૯૦,૭૯૫	૧૮.૮૮	૧૧.000	૧,૨૦,૮૪૬	3૯.૭૪
3	ફૂલ પાકો	૨૦૦	૬૪૧૩૫૦ લાખ જુડી	૧૪.૬૨	૮૫૦	૧,૬૫૦ 3,૨૫૦ લાખ જુડી	૧૦૬.૬૦
૪	મસાલા પાકો	૨૨૦	૨,૫૮૦	0.૮૦	૨૬૫	૪૧૮૭	૧.૫૫
૫	સુગંધિત	૫	૨૩	0.૧૯	૧૮	૧૧૦	0.3૯

	ઔષધિય પાકો						
૬	ઓઈલ પામ	-	-	-	૪૫	-	-
	કુલ બાગાયતી પાકો	૨૪,૮૯૫	૨,૨૮,૩૨૯ ૧૯.૨૫ લાખ નટસ લાખ જુડી	-	૩૩૨૫૮	૨,૯૬,૮૯૪ ૨૩.૫૦ લાખ નટસ લાખ જુડી	-

સ્રોતઃ પ્ંચામૃતઃ નવસારી જિલ્લો, વિકાસ વાટિકા નવસારી જિલ્લાની પાંચ વર્ષની વિકાસ યાત્રા પાનાં નં.૧૦૬

કુલ વાવેતર વિસ્તારમાં ૨૦૦૨-૦૩માં ૨૪૪૮૫ છે જેમાં ૧૬૫૫૦ વાવેતર વિસ્તાર ફળપાકો હેઠળ છે. જેમાં ફળપાકોમાં કેરી મુખ્ય પાક છે. શાકભાજીનો વાવેતર વિસ્તાર ૭૯૨૦ હે.આર. છે.સૌથી ઓછો વાવેતર વિસ્તાર સુગંધિત ઔષધિય પકોનો છે. જે ૫ હે.આર. છે. ૨૦૦૬-૨૦૦૭ માં કુલ વાવેતર વિસ્તારમાં વધારો થયો છે. જે ૩૩૨૫૮ હે.આર. છે. શાકભાજી ૧૧૦૦૦ હે.આર.મશાલા પાક ૨૬૫ હે.આર.આમ,૨૦૦૨-૦૩ની સરખામણીમાં ૨૦૦૬-૨૦૦૭માં બાગાયતી પાકોનો વિસ્તાર, ઉત્પાદન અને આર્થિક ઉપાર્જનમાં વધારો થયેલો જણાય છે

ફળપાકોઃ

કોષ્ટકનં.૩.૨

જિલ્લામાં ફળપાકો દર્શાવતુ કોષ્ટક

૨૦૦૬-૨૦૦૭

ક્રમ	ફળપાકનું નામ	વિસ્તાર હે.આર.	ઉત્પાદન મે.ટન	આર્થિક ઉપાર્જન રૂા. કરોડમાં
૧	આંબા	૧૪,૯૦૦	૧,૦૪,૦૦૦	૬૭.૮૦
૨	ચીકુ	૫,૩૦૦	૪૮,૭૬૦	૨૬.૦૮
૩	કેળ	૫૦૦	૧૬,૬૦૦	૦૪.૯૮
૪	નાળિયેર	૩૩૫	૧૯.૨૫ લાખ નટસ	૧.૧૭
૫	અન્ય	૪૫	૪૪૧	૨૨.૦૫

સ્રોતઃ પ્ંચામૃતઃ નવસારી જિલ્લો, વિકાસ વાટિકા નવસારી જિલ્લાની પાંચ વર્ષની વિકાસ યાત્રા પાનાં નં. ૧૦૫

બાગાયતી ખેતીમાં ફળપાકોમાં આંબાના પાકનો વાવેતર વિસ્તાર સૌથી વધુ છે.જે ૧૪,૯૦૦ હે.આર. છે. ચીકુના પાકનો વાવેતર વિસ્તાર ૫,૩૦૦ હે.આર. છે. કેળાના પાકનો વાવેતર ૫૦૦ હે.આર. છે. તેમજ નાળિયેર અને અન્ય પાક અનુક્રમે ૩૩૫ અને ૪૫ હે.આર. છે.

૩.૩વાંસદા તાલુકાનો પરિચયઃ

વાંસદાનું અગાઉનું નામ વાસુદેવપુર હતું.રાજપૂત રાજય વાંસદાની રાજધાનીનું શહેર હતું.આજાદી પૂર્વે વાંસદાનું દેશી રાજય પ્રથમ પેશ્વાશાસિત અને ત્યારબાદ અંગ્રેજ શાસન હેઠળ હતું.પેશ્વાના સમયમાં વાંસદાની સરહદો ધરમપુર અને ચીખલી પરગણાને મળતી હતી.ઐતિહાસિક ઉલ્લેખો મુજબ વાંસદા ૭૫૦ વર્ષ સુધીનું જણાય છે. અત્યારનું વાંસદા કાવેરી નદીના

કિનારે વસેલું જેની સ્થાપના મહારાવલ વીરસિંહ ઈ.સ. ૧૭૮૧માં કરી હતી.ઈ.સ.૧૯૪૮માં વાંસદા રાજયનું મુંબઈ રાજયમાં વિલીનીકરણ કરવામાં આવ્યું.

વાંસદા તાલુકાનું ક્ષેત્રફળ ૫૯૯૩૪ ચો.કી.મી. છે. તાલુકામાં ૯૪ ગામો છે.

તાલુકાનું આંતર માળખું:

(અ)શિક્ષણ: તાલુકાનાં દરેક ગામમાં પ્રાથમિક શાળા આવેલી છે.જેમાં ૧૬૯ પ્રાથમિક શાળા છે.૧૯ માધ્યમિક શાળા,૬ ઉચ્ચતર માધ્યમિક શાળા,૧ કોલેજ તથા ૨ ટેકનિકલ તાલીમ કેન્દ્રો છે.ઉપરાંત ૧૨૦ પ્રોઢ શિક્ષણ વર્ગ ચાલે છે.

(બ) આરોગ્ય:

તાલુકામાં ૨ ઔષધાલયો,૫ ઇસ્પિટલ,૬પ્રસૂતિ અને બાળકલ્યાણ કેન્દ્રો તથા ૫ પ્રાથમિક આરોગ્ય કેન્દ્રો અને તેના પેટા આરોગ્ય કેન્દ્રો ૪૯ જેટલા છે.

(ક) સંદેશા વ્યવહાર અને વાહન વ્યવહાર:

તાલુકાનાં મોટા ભાગના ગામોમાં તાર- ટપાલની સેવા ઉપલબ્ધ છે. તે જ પ્રમાણે ટેલીફોનની સુવિધા પણઉપલબ્ધ છે. તાલુકામાં રાજય પરિવાહનની સુવિધા ઉપલબ્ધ છે.

૩.૪ અભ્યાસક્ષેત્રના ગામોનો પરિચય:

(૧)બારતાડ:

બારતાડ ગામ ગુજરાત રાજયના નવસારી જિલ્લામાં વાંસદા તાલુકામાં આવેલું છે. બારતાડ ગામની ઉત્તરે આંબાતલાટ, દક્ષિણે લાકડબરી, પૂર્વામાં

અંકલાછ અને પ્રચિમે તોરણવેરા ગામ આવેલ છે. ઈસાને ઢોલઉંમર ગામ,અગ્નિએ ખાનપુર ગામ,વાયવ્યમાં ખટાના ગામ, નૈરૂત્યમાં મિયાજરી ગામ આવેલું છે. ગામનું કુલ ક્ષેત્રફળ ૧૩૯૪.૩૩ હેકટર છે.ગામ જિલ્લા મથકથી ૮૦ કિ.મીટર દૂર આવેલું છે.તાલુકા મથકથી ૨૬ કિ. મીટર દૂર છે.નજીકનું શહેર ધરમપૂર ૧૪ કિ.મીટરના અંતરે આવેલું છે.

(૨)મોળાઆંબા:

મોળાઆંબા ગામ ગુજરાત રાજયના નવસારી જિલ્લામાં વાંસદા તાલુકામાં આવેલું છે. મોળાઆંબા ગામની ઉત્તરે ખાટાઆંબા, દક્ષિણે ચોંઢા,પૂર્વામાં કણધા, અને પચિમે બોપી ગામ આવેલું છે. ઈશાને ચોરવણી ગામ, અગ્નિએ નંદિયામાળ ગામ,વાયવ્યમાં અંકલછ ગામ આવેલું છે.ગામનું કુલ ક્ષેત્રફળ ૧૦૮૫ હેકટર છે.ગામમાં કુદરતી સંશાધનોમાં જળ,જમીન,જંગલ ઉપલબ્ધ છે.

(૩) ઉમરકુઇ:

ઉમરકુઇ ગામ ગુજરાત રાજયના નવસારી જિલ્લાના વાંસદા તાલુકામાં આવેલું છે.ગામની ઉત્તરે ગંગપુર,દક્ષિણે વડીચોંઢા ગામ,પૂર્વમાં રંગપુર,અને પચ્ચિમે લાછકડી ગામ આવેલું છે. ઈશાને મીંઢબારી ગામ,અગ્નીએ લીમજર ગામ આવેલું છે.ગામનું ક્ષેત્રફળ ૧૬૫૪ હેકટર છે.ગામ જિલ્લા મથકથી ૬૫ કિ.મીટર દૂર આવેલું છે. તાલુકા મથકથી ૧૫ કિ.મીટર દૂર આવેલું છે.

(૪)અંકલાછ: અંકલાછ ગામ ગુજરાત રાજયના નવસારી જિલ્લામાં વાંસદા તાલુકામાં આવેલું છે. અંકલાછ ગામની ઉત્તરે રવણીયા, દક્ષિણે

ખટાણાગામ,પૂર્વમાં લાકડબારી ગામ,ઈશાને કણધા ગામ આવેલું છે.ગામનું કુલ ક્ષેત્રફળ ૧૨૪૬ હેકટર છે.ગામ જિલ્લા મથકથી ૭૦ કી.મી. દૂર આવેલું છે.તાલુકા મથકથી ૨૫ કિ.મી. દૂર આવેલું છે.

(૫)કણધા:

કણધા ગામ ગુજરાત રાજયના નવસારી જિલ્લામાં વાંસદા તાલુકામાં આવેલું છે.કણધા ગામની ઉત્તરે બોરીયાછ ગામ,દક્ષિણે કામળજરી ગામ આવેલું છે.ગામનું કુલ ક્ષેત્ર ફળ ૧૨૮૫ હેકટર છે.ગામ જિલ્લા મથકેથી ૯૪ કિ.મી.દૂર આવેલું છે.તાલુકા મથકથી ૨૫ કી.મી. દૂર આવેલું છે.

(૬)લીમજર:

લીમજર ગામ ગુજરાત રાજયના નવસારી જિલ્લામાં વાંસદા તાલુકામાં આવેલું છે. ઉત્તરે વાંસદા, દક્ષિણે રંગપુર, પૂર્વમાં લાછકડી ગામ આવેલું છે.ગામનું કુલ ક્ષેત્રફળ ૧૨૨૯ હેકટર છે.ગામ તાલુકા મથકથી ૧૫ કિ.મી.ના અંતરે આવેલું છે.

(૭) ખાનપુર:

ખાનપુર ગામ ગુજરાત રાજયના નવસારી જિલ્લામાં વાંસદા તાલુકામાં ધરમપુર તાલુકાની સરહદે આવેલું છે. ખાનપુર ગામની ઉત્તરે ગંગપૂર ગામ, દક્ષિણે ધરમપુર તાલુકા, પૂર્વમાં બારતાડ જાગીરીગામ, ઈશાને સતીમાળ ગામ આવેલું છે.ગામનું કુલ ક્ષેત્રફળ ૬૧૫.૪૩ હેકટર છે. આમ, અહી જિલ્લાનો સામાન્ય પરિચય,તાલુકાનો પરિચય તેમજ અભ્યાસ ક્ષેત્રનો પરિચય આપવામાં આવ્યો છે.

પ્રકરણ -૪

પ્રાથમિક માહિતી સર્વેક્ષણના આધારે

પ્રસ્તાવના:

આ પ્રકરણમાં અભ્યાસ ક્ષેત્રમાં પસંદ કરેલ કુટુંબોની માહિતી દર્શાવવામાં આવી છે. જેમાં કૌટુંબિક લાક્ષણિકતાઓમા ઉમર, જ્ઞાતી, કુટુંબનું કદ વગેરે અંગેની માહિતીનો સમાવેશ કરવામાં આવ્યો છે.

૪.૧ નિર્ણયકર્તાનો પરિચય:

નિર્ણયકર્તા એવી વ્યક્તિ કે જે કુટુંબના આર્થિક-સામાજિક કાર્યોના નિર્ણયમાં મુખ્ય ભૂમિકા ભજવે છે. કુટુંબના સભ્યોને યોગ્ય માર્ગદર્શન પૂરું પાડતાં હોય છે. નિર્ણયકર્તા આર્થિક-સામાજિક તેમજ અન્ય જવાબદારી સંભાળતો હોય છે. નિર્ણયકર્તાનું વય જુથ, જ્ઞાતી, શિક્ષણ અને વ્યવસાય અંગેની વિગત કોષ્ટક ૩.૧ માં દર્શાવવામાં આવી છે.

કોષ્ટક નં. ૪.૧

ઉત્તરદાતાની સામાન્ય માહિતી દર્શાવતું કોષ્ટક

ક્રમ	ખેડૂતના પ્રકાર	કુટુંબની સંખ્યા	ઉત્તરદાતા		ઉંમર			જ્ઞાતિ		
			સ્ત્રી	પુરૂષ	૨૦-૪૦	૪૧-૬૦	૬૦ થી વધુ	કુકણા	ઢોડિયા	વારલી
૧	સીમાંત (ટકા)	૫૪ (૧૦૦)	-	૫૪ (૧૦૦)	૧૦ (૧૮.૫૨)	૩૭ (૬૮.૫૧)	૭ (૧૨.૯૭)	૪૨ (૭૭.૭૮)	૪ (૭.૪૧)	૮ (૧૪.૮૧)
૨	નાના (ટકા)	૨૭ (૧૦૦)	-	૨૭ (૧૦૦)	૩ (૧૧.૧૧)	૨૧ (૭૭.૭૮)	૩ (૧૧.૧૧)	૧૯ (૭૦.૩૭)	૩ (૧૧.૧૨)	૫ (૧૮.૫૧)
૩	મોટા (ટકા)	૧૮ (૧૦૦)	-	૧૮ (૧૦૦)	૧ (૫.૫૬)	૧૨ (૬૬.૬૬)	૫ (૨૭.૭૮)	૧૯ (૭૦.૩૭)	૩ (૧૧.૧૨)	૫ (૧૮.૫૧)
૪	**કુલ (ટકા)**	**૯૯ (૧૦૦)**	-	**૯૯ (૧૦૦)**	**૧૪ (૧૪.૧૪)**	**૭૦ (૭૦.૭૧)**	**૧૫ (૧૫.૧૫)**	**૭૩ (૭૩.૭૪)**	**૧૦ (૧૦.૧૦)**	**૧૬ (૧૬.૧૬)**

શિક્ષણ				વ્યવસાય			
પ્રાથમિક ૧ થી ૭ ધો.	માધ્યમિક ૮ થી ૧૨ ધો.	ઉચ્ચતર PTC કોલેજ અન્ય	અશિક્ષિત	ખેતી	નોકરી	ધંધા	કુલ
૨૫ (૪૬.૨૯)	૧૬ (૨૯.૬૩)	૬ (૧૧.૧૨)	૭ (૧૨.૯૬)	૪૧ (૭૫.૯૨)	-	૧૩ (૨૪.૦૮)	૫૪ (૧૦૦)
૧૮ (૬૬.૬૭)	૫ (૧૮.૫૨)	૫ (૧૧.૧૧)	૧ (૩.૭૦)	૨૧ (૭૭.૭૮)	૩ (૧૧.૧૧)	૩ (૧૧.૧૧)	૨૭ (૧૦૦)
૮ (૪૪.૪૫)	૪ (૨૨.૨૨)	-	૬ (૩૩.૩૩)	૧૫ (૮૩.૩૩)	-	૩ (૧૬.૬૭)	૧૮ (૧૦૦)
૫૧ (૫૧.૫૨)	૨૫ (૨૫.૨૫)	૯ (૯.૦૯)	૧૪ (૧૪.૧૪)	૭૭ (૭૭.૭૮)	૩ (૩.૦૩)	૧૯ (૧૯.૧૯)	૯૯ (૧૦૦)

ટેબલના આધારે વિશ્લેષણ:

કોષ્ટક નં. ૪.૧ માં ઉત્તરદાતાની સામાન્ય માહિતી દર્શાવવામાં આવી છે. જેમાં બધાજ ઉત્તરદાતા પુરુષો છે..જેમાં ૪૧ થી ૬૦ વર્ષના નિર્ણયકર્તાઓ સૌથી વધારે ૭૦.૭૧ ટકા છે. આ ઉમરે રોજગારી અને અન્ય જવાબદારી સંભાળવાની હોય છે. ત્યાર પછી ૬૦ થી વધુ વર્ષના ૧૫.૧૫ ટકા છે. ૨૫ થી ૪૦ વર્ષના ૧૪.૧૪ ટકા છે.

પસંદ કરવામાં આવેલા ખેડૂત કુટુંબો સૌથી વધુ છે. જે ૭૩.૭૪ ટકા છે. વારલી જ્ઞાતીના કુટુંબો ૧૬.૧૬ ટકા છે. ઢોડિયા જ્ઞાતીના ૧૦.૧૦ ટકા જોવા મળે છે.

શિક્ષણમાં ખેડૂત કુટુંબો સૌથી વધુ પ્રાથમિકશાળા સુધીનું શિક્ષણ મેળવ્યું છે.જે ૫૧.૫૨ ટકા છે. માદયમિક શિક્ષણ ૨૫.૨૫ ટકા છે. ઉચ્ચ શિક્ષણ ૯.૦૯ ટકા છે.અને અશિક્ષિત ખેડૂત કુટુંબો ૧૪.૧૪ ટકા છે.

ઉત્તરદાતાનો મુખ્ય વ્યવસાય ખેતી હોવાં છતાં નોકરી અને ધંધાનો પણ સ્વીકાર કરે છે.જેમાં સૌથી વધુ ખેડૂત કુટુંબોનો વ્યવસાય ખેતી છે. જે ૭૭.૭૮ ટકા છે.ત્યાર પછી ધંધાનો વ્યવસાય કરતાં કુટુંબો ૧૯.૧૯ ટકા છે. નોકરીનો વ્યવસાય કરતાં કુટુંબો ૩.૦૩ ટકા છે.

સીમાંત ખેડૂત કુટુંબોમાં ૪૧-૬૦ વર્ષની ઉમરના ખેડૂત કુટુંબો સૌથી વધુ જોવા મળે છે.જે ૬૮.૫૧ ટકા છે.૬૦થી વધુ ઉમરના ૧૨.૯૭ ટકા છે.૨૫-૪૦ વર્ષની ઉમરના ૧૮.૫૨ ટકા છે.સૌથી વધુ ખેડૂત કુકણા જ્ઞાતીના છે.જે ૭૭.૭૮ ટકા છે.વારલી જ્ઞાતીના ખેડૂત કુટુંબો ૧૪.૮૧ ટકા છે. ત્યાર પછી ઢોડિયા જ્ઞાતીના ખેડૂત કુટુંબો ૭.૪૧ ટકા છે.સૌથી વધુ ઉત્તરદાતાઓએ પ્રાથમિક શાળા સુધીના શિક્ષણનો અભ્યાસ કર્યો છે.જે ૪૬.૨૯ ટકા છે.માધ્યમિક શિક્ષણ ૨૯.૬૩ ટકા છે. ઉચ્ચતર શિક્ષણ ૧૧.૧૨ ટકા છે.અશિક્ષિતો ૧૨.૯૬ ટકા છે.

નાના ખેડૂત કુટુંબોમાં ૪૧-૬૦ વર્ષની ઉમરના ખેડૂત કુટુંબો સૌથી વધુ જોવા મળે છે.જે ૭૭.૭૮ ટકા છે.૬૦થી વધુ ઉમરના ૧૧.૧૧ ટકા છે.૨૫-૪૦ વર્ષની ઉમરના ૧૧.૧૧ ટકા છે.સૌથી વધુ ખેડૂત કુકણા જ્ઞાતીના છે.જે ૭૦.૩૭ ટકા છે.વારલી જ્ઞાતીના ખેડૂત કુટુંબો ૧૮.૫૧ ટકા છે. ત્યાર પછી ઢોડિયા જ્ઞાતીના ખેડૂત કુટુંબો ૧૧.૧૨ ટકા છે.સૌથી વધુ ઉત્તરદાતાઓએ પ્રાથમિક શાળા સુધીના શિક્ષણનો અભ્યાસ કર્યો છે.જે ૬૬.૬૭ ટકા છે.માધ્યમિક શિક્ષણ ૧૮.૫૨ ટકા છે. ઉચ્ચતર શિક્ષણ ૧૧.૧૧ ટકા છે.અશિક્ષિતો ૩.૭૦ ટકા છે. ઉત્તરદાતા સૌથી વધુ ખેતીનો વ્યવસાય કરે

છે.જે ૭૭.૭૮ ટકા છે. નોકરીનો વ્યવસાય ૧૧.૧૧ ટકા છે.ધંધાનો વ્યવસાય પણ ૧૧.૧૧ ટકા છે.

મોટા ખેડૂત કુટુંબોમાં ૪૧-૬૦ વર્ષની ઉમરના ખેડૂત કુટુંબો સૌથી વધુ જોવા મળે છે.જે ૬૬.૬૬ ટકા છે.૬૦થી વધુ ઉમરના ૨૭.૭૮ ટકા છે.૨૫-૪૦ વર્ષની ઉમરના ૫.૫૬ ટકા છે.સૌથી વધુ ખેડૂત કુકણા જ્ઞાતીના છે.જે ૬૬.૬૬ ટકા છે.વારલી જ્ઞાતીના ખેડૂત કુટુંબો ૧૬.૬૭ ટકા છે. ત્યાર પછી ઢોડિયા જ્ઞાતીના ખેડૂત કુટુંબો ૧૬.૬૭ ટકા છે.સૌથી વધુ ઉત્તરદાતાઓએ પ્રાથમિક શાળા સુધીના શિક્ષણનો અભ્યાસ કર્યો છે.જે ૪૪.૪૫ ટકા છે.માધ્યમિક શિક્ષણ ૨૨.૨૨ ટકા છે. અશિક્ષિતો 33.33 ટકા છે.

૪.૨ કુટુંબનું કદ

કુટુંબનું કદ અને કુટુંબમાં સ્ત્રી-પરુષનું પ્રમાણ એ કોઈ પણ કુટુંબના વિકાસ માટે મહત્વનું પરિબળ છે.જો કુટુંબનું કદ નાનું હોય અને સ્ત્રીપુરુષનું પ્રમાણ પ્રમાણસર હોય તેવા કુટુંબનો આર્થિક,સામાજિક વિકાસ જડપી બને છે.કુટુંબનું કદ આર્થિક જીવન ધોરણને અસર કરે છે. અને નિર્ણયકર્તા માટે આર્થિક સામાજિક કે અન્ય નિર્ણય લેવા માટે મહત્વનો ભાગ ભજવે છે

કોષ્ટક નં.૪.૨

કુંટુબનું કદ દર્શાવતુ કોષ્ટક

ક્રમ	ખેડૂતના પ્રકાર	કૂટુંબની સંખ્યા	સ્ત્રી	પુરુષ	કુલ વસ્તી	કૂટુંબનું કદ
૧	સીમાંત	૫૪	૧૨૫	૧૧૮	૨૪3	૫

	(ટકા)		(૫૧.૪૪)	(૪૮.૫૬)	(૧૦૦)	
૨	નાના (ટકા)	૨૭	૬૫ (૫૨.૮૫)	૫૮ (૪૭.૧૫)	૧૨૩ (૧૦૦)	૫
3	મોટા (ટકા)	૧૮	૪૮ (૫3.33)	૪૨ (૪૬.૬૬)	૯૦ (૧૦૦)	૫
૪	કુલ (ટકા)	૯૯	૨૩૮ (૫૨.૧૯)	૨૧૮ (૪૭.૮૧)	૪૫૬ (૧૦૦)	૫

ટેબલના આધારે વિશ્લેષણ:

કોષ્ટક નં ૪.૨ માં કુટુબનું કદદર્શવવામાં આવ્યું છે. સમગ્ર રીતે જોતાં પુરુષની સાપેક્ષમાં સ્ત્રીનું પ્રમાણ નોંધપાત્ર રીતે વધારે છે. જેનું કારણ પુરુષ પ્રધાન સમાજ હોવા છ્તાં સ્ત્રી ઓને પણ અધિકાર આપવામાં આવે છે. કુલ કુટુંબ સભ્યોમાં ૫૨.૧૯ ટકાસ્ત્રીઓ અને ૪૭.૮૧ ટકા પુરુષોનું પ્રમાણ છે. કુલ કુટુંબનું કદ ૫ સભ્યોનું છે.

સીમાંત ખેડૂત કુટુંબોમા સ્ત્રીઓનું પ્રમાણ વધુ છે.જે ૫૧.૪૪ ટકા છે. પુરુષોનું પ્રમાણ ૪૮.૫૬ ટકા છે. તેમજ કુટુંબનું કદ ૫ સભ્યોનું છે.

નાના ખેડૂત કુટુંબોમા સ્ત્રીઓનું પ્રમાણ વધુ છે. જે ૫3.33 ટકા છે. પુરુષોનું પ્રમાણ ૪૬.૬૬ ટકા છે .કુટુંબનું કદ ૫ સભ્યોનું છે.

મોટા ખેડૂત કુટુંબમાં સ્ત્રીઓનું પ્રમાણ ૫૨.૧૯ ટકા છે. પુરુષોનું પ્રમાણ ૪૭.૮૧ ટકા છે.

૪.3 કુટુંબનું શિક્ષણ:

કુટુંબના સભ્યનું શિક્ષણ તેમના વ્યવસાયની પસંદગી આવક તેમજ જીવન ધોરણને અસર કરતું મહત્વનું પરિબળ છે. સામાન્ય રીતે જેમ જેમ શિક્ષણનું પ્રમાણ અને ગુણવત્તા વધતી જાય તેમ તેમ આર્થિક -સામાજિક, વ્યવસાયિક ગુણવત્તામાં પણ વધારો થાય છે.સામાન્ય રીતે શિક્ષિત નિર્ણયકર્તા જાગૃત અને વધુ જવાબદાર બને છે. પસંદ કરેલા નિર્ણયકર્તાના કુટુંબની શિક્ષણની સ્થિતી નીચેનકોષ્ટકમાં દર્શાવી છે.

કોષ્ટક નં.૪.3

નિર્ણયકર્તાના કુટુંબની શિક્ષણ દર્શાવતુ કોષ્ટક

			કુટુંબના સભ્યોનો શૈક્ષણિક દરજ્જો			
ક્રમ	ખેડૂતના પ્રકાર	કુલ સભ્ય સંખ્યા	પ્રાથમિક ૧થી ૭ ધોરણ	માધ્યમિક ૮થી૧૨ ધોરણ	ઉચ્ચતર (P.T.C.,કોલેજ,અન્ય)	અશિક્ષિત
૧	સીમાંત (ટકા)	૨૪૩ -૧૦૦	૯૮ -૪૦.૩૨	૯૫ -૩૯.૦૯	૩૧ -૧૨.૭૭	૧૯ -૭.૮૨
૨	નાના (ટકા)	૧૨૩ -૧૦૦	૪૮ -૩૯.03	૩૮ -૩૦.૮૯	૨૨ -૧૭.૮૯	૧૫ -૧૨.૧૯
૩	મોટા (ટકા)	૯૦ -૧૦૦	૩૮ -૪૨.૨૨	૨૬ -૨૮.૮૯	૧૫ -૧૬.૬૭	૧૧ -૧૨.૨૨
૪	કુલ (ટકા)	૪૫૬ -૧૦૦	૧૮૪ -૪૦.૩૫	૧૫૯ -૩૪.૮૭	૬૮ -૧૪.૯૨	૪૫ -૯.૮૬

ટેબલના આધારે વિશ્લેષણ:

કોષ્ટક નં.૪.3 માં નિર્ણયકર્તાનાં કુટુંબનું શિક્ષણ દર્શાવવામાં આવ્યું છે.પસંદ કરેલા કુટુંબોમાં પ્રાથમિક શિક્ષણ મેળવનારા વ્યકિતઓ સૌથી વધારે છે. જયારે અશિક્ષિત કુટુંબોનું પ્રમાણ સૌથી ઓછું છે. આમ,કહી શકાય કે ખેડૂતોનાં સમૂહમાં શિક્ષણ માટેની જાગૃતી સવિષેશ જોવા મળે છે. પ્રાથમિક શિક્ષણ ૪૦.૩૨ ટકા છે. માધ્યમિક શિક્ષણ ૩૪.૮૭ ટકા છે. ઉચ્ચશિક્ષણ ૧૪.૯૨ ટકા છે.અશિક્ષિત ૯.૮૬ ટકા છે.

સીમાંત ખેડૂત કુટુંબોમાં પ્રાથમિક શિક્ષણ મેળવેલાઓનું પ્રમાણ સૌથી વધુ છે.તેમજ આજ સમૂહમાં અશિક્ષિતોનું પ્રમાણ પણ વધુ છે.'જે અનુક્રમે ૪૦.૩૨ ટકા છે અને ૭.૮૨ ટકા છે. માધ્યમિક શિક્ષણનું પ્રમાણ ૩૯.૦૯ ટકા છે.ઉચ્ચશિક્ષણનું પ્રમાણ ૧૨.૭૭ ટકા છે.

નાના ખેડૂતોનાં કુટુંબોમાં માધ્યમિક શિક્ષણ સૌથી વધુ જોવા મળે છે જે ૩૦.૮૯ ટકા છે. પ્રાથમિક શિક્ષણ ૩૯.૦૩ ટકા છે. ઉચ્ચશિક્ષણનું પ્રમાણ ૧૭.૮૯ ટકા છે. અશિક્ષિતોનું પ્રમાણ ૭.૮૨ ટકા છે.

મોટા ખેડૂતોનાં કુટુંબોમાં પ્રાથમિક શિક્ષણ વધુ જોવા મળેછે.માધ્યમિક શિક્ષણનું પ્રમાણ ૨૮.૮૯ ટકા છે.ઉચ્ચશિક્ષણનું પ્રમાણ ૧૬.૬૭ ટકા છે.અશિક્ષિત ૧૨.૨૨ ટકા છે.

૪.૪ કુટુંબનો વ્યવસાય:

કુટુંબના એક વ્યક્તિની આવકથી બીજી વ્યક્તિનું જીવનધોરણ લાંબાગાળા સુધી ચલાવી શકાતુ નથી. તેથી કુટુંબના સભ્યોએ કોઈને કોઈ વ્યવસાય કરવો જ પડે છે.

કોષ્ટક નં.૪.૪

સભ્યોનો મુખ્ય વ્યવસાય દર્શાવતું કોષ્ટક

ક્રમ	ખેડૂતના કુટુંબના પ્રકાર	સંખ્યા	ખેડૂત કુટુંબના સભ્યોનો મુખ્ય વ્યવસાય					
			ખેતી	નોકરી	ધંધા	અભ્યાસ	અન્ય	કુલ
૧	સીમાંત (ટકા)	૫૪	૯૮ (૪૦.૩૨)	૧૨ (૪.૯૪)	૨૦ (૮.૨૩)	૬૨ (૨૫.૫૨)	૫૧ (૨૦.૯૯)	૨૪૩ (૧૦૦)
૨	નાના (ટકા)	૨૭	૫૪ (૪૩.૫૧)	૪ (૩.૨૫)	૧૧ (૮.૯૫)	૪૧ (૩૩.૩૩)	૧૩ (૧૦.૫૬)	૧૨૩ (૧૦૦)
૩	મોટા (ટકા)	૧૮	૩૭ (૪૧.૧૧)	૯ (૧૦)	૧૫ (૧૬.૬૭)	૨૦ (૨૨.૨૨)	૯ (૧૦)	૯૦ (૧૦૦)
૪	કુલ (ટકા)	૯૯	૧૬૯ (૪૧.૮૯)	૨૫ (૫.૪૯)	૪૬ (૧૦.૦૮)	૧૨૩ (૨૬.૯૮)	૭૩ (૧૬.૦૦)	૪૫૬ (૧૦૦)

ટેબલના આધારે વિશ્લેષણ:

કોષ્ટક નં.૪.૪ માં સભ્યોનો મુખ્ય વ્યવસાય દર્શાવવામાં આવ્યું છે. પસંદ કરેલા કુટુંબોમા સૌથી વધારે સભ્યો ખેતી સાથે જોડાયેલા છે. જે દર્શાવે છે કે, અભ્યાસ ક્ષેત્રના પ્રદેશમાં ખેતી મુખ્ય વ્યવસાય છે. જે કુલ રોજગારીના ૪૨ ટકા જેટલી રોજગારી પૂરી પાડે છે.સૌથી વધારે ખેડૂત કુટુંબના સભ્યોનો વ્યવસાય ખેતી છે. જે ૪૧.૪૫ ટકા છે. નોકરીનો વ્યવસાય કરતાં સભ્યોનું પ્રમાણ ૫.૪૯ ટકા છે.ધંધાનો વ્યવસાય કરતાં સભ્યોનું પ્રમાણ ૧૦.૦૮ ટકા છે. અભ્યાસ કરતાં હોય એવા સભ્યોનું પ્રમાણ ૨૬.૯૮ છે.અન્ય વ્યવસાય કરતાં સભ્યોનું પ્રમાણ ૧૬.૦૦ ટકા છે.

સીમાંત ખેડૂતોમાં સૌથી વધારે સભ્યો ખેતીનો વ્યવસાય સાથે જોડાયેલા છે.જે ૪૦.૩૨ ટકા છે.નોકરીના વ્યવસાય સાથે જોડાયેલા સભ્યોનું પ્રમાણ ૪.૯૪ ટકા છે.ધંધાના વ્યવસાય સાથે જોડાયેલા સભ્યોનું પ્રમાણ ૮.૨૩ ટકા છે. અભ્યાસ કરતાં હોય એવા સભ્યોનું પ્રમાણ ૨૫.૫૨ ટકા છે. અન્ય વ્યવસાય કરતાં સભ્યોનું પ્રમાણ ૨૦.૯૯ ટકા છે.

નાના ખેડૂત કુટુંબો માં સૌથી વધારે સભ્યો ખેતીનો વ્યવસાય સાથે જોડાયેલા છે જે ૪૩.૧૧ ટકા છે. નોકરીના વ્યવસાય સાથે જોડાયેલા સભ્યોનું પ્રમાણ ૩.૨૫ ટકા છે. ધંધાના વ્યવસાય સાથે જોડાયેલા સભ્યોનું પ્રમાણ ૮.૯૫ ટકા છે. અભ્યાસ કરતાં હોય એવા સભ્યોનું પ્રમાણ ૩૩.૩૩ ટકા છે. અન્ય વ્યવસાય કરતાં સભ્યોનું પ્રમાણ ૧૦.૫૬ ટકા છે.

મોટા ખેડૂત કુટુંબો માં સૌથી વધારે સભ્યો ખેતીનો વ્યવસાય સાથે જોડાયેલા છે જે ૪૧.૧૧ ટકા છે. નોકરીના વ્યવસાય સાથે જોડાયેલા સભ્યોનું પ્રમાણ ૧૦ ટકા છે. ધંધાના વ્યવસાય સાથે જોડાયેલા સભ્યોનું પ્રમાણ ૧૬.૬૭ ટકા છે. અભ્યાસ કરતાં હોય એવા સભ્યોનું પ્રમાણ ૨૬.૯૮ ટકા છે. અન્ય વ્યવસાય કરતાં સભ્યોનું પ્રમાણ ૧૦ ટકા છે.

૪.૫ વિવિધ સ્રોત દ્વારા થતી સિંચાઈનું પ્રમાણ:

પાકની ઉત્પાદકતા માટે સિંચાઈ મહત્વનું પરિબળ છે.સિંચાઈની સુવિધા જેમ સરળ મળે તેમ ખેડૂત સિંચાઈનું પ્રમાણ વધારી શકે છે અને એક કરતાં વધુપાક લઈ ઉત્પાદન તથા ઉત્પાદકતામાં વધારો કરી શકે છે.સાથે આવકમાં પણ વધારો થાય છે.સિંચાઈના જુદા-જુદા સ્રોત વડે થતી સિંચાઈના સ્રોત વિષયક માહિતી દર્શાવતું કોષ્ટક નીચે મુજબ છે.

કોષ્ટક નં .૪.૫

સિંચાઈના સ્રોત વિષયક માહિતી દર્શાવતું કોષ્ટક

ક્રમ	ખેડૂતના પ્રકાર	સંખ્યા	કૂવા	બોર	નદી	કુલ
૧.	સીમાંત (ટકા)	૫૪	૨૩ (૪૬.૯૪)	૨૨ (૪૪.૮૯)	૪ (૮.૧૭)	૪૯ (૧૦૦)
૨.	નાના (ટકા)	૨૭	૮ (૩૦.૭૭)	૧૬ (૬૧.૫૪)	૨ (૭.૬૯)	૨૬ (૧૦૦)
૩.	મોટા (ટકા)	૧૮	૧૦ (૪૫.૪૫)	૯ (૪૦.૯૧)	૩ (૧૩.૬૪)	૨૨ (૧૦૦)
૪.	કુલ (ટકા)	૯૯	૪૧ (૪૨.૨૭)	૪૭ (૪૮.૪૬)	૯ (૯.૨૭)	૯૭ (૧૦૦)

ટેબલના આધારે વિશ્લેષણ:

કોષ્ટક નં.૪.૫ માં સિંચાઈના સ્રોત વિષયક માહિતી દર્શાવવામાં આવી છે. ખેડૂત કુટુંબોમાં કુલ સિંચાઈમાં બોર દ્વારા થતી સિંચાઈ વધારે જોવા મળે છે.જે ૪૮.૪૬ ટકા છે. કૂવા દ્વારા થતી સિંચાઈ ૪૨.૨૭ ટકા છે. નદી દ્વારા થતી સિંચાઈ ૯.૨૭ ટકા છે.

સીમાંત ખેડૂત કુટુંબોમાં સૌથી વધુ સિંચાઈ કૂવા દ્વારા કરે છે.જે ૪૬.૯૪ ટકા છે. બોર દ્વારા થતી સિંચાઈ ૪૪.૮૯ ટકા છે. નદી દ્વારા થતી સિંચાઈ ૮.૧૭ ટકા છે.

નાના ખેડૂત કુટુંબો સૌથી વધુ સિંચાઈ બોર દ્વારા કરે છે. જે ૬૧.૫૪ ટકા છે.કૂવા દ્વારા થતી સિંચાઈ ૩૦.૭૭ ટકા છે. નદી દ્વારા થતી સિંચાઈ ૭.૬૯ ટકા છે.

મોટા ખેડૂત કુટુંબો સૌથી વધુ સિંચાઈ કૂવા દ્વારા કરે છે.જે ૪૫.૪૫ ટકા છે. બોર દ્વારા થતી સિંચાઈ ૪૦.૯૧ ટકા છે. નદી દ્વારા થતી સિંચાઈ ૧૩.૬૪ ટકા છે.

આમ, અહી ઉત્તરદાતાની સામાન્ય માહિતી દર્શાવવામાં આવી છે. જેમાં ઉત્તરદાતાના કુટુંબનું કદ, વ્યવસાય, જ્ઞાતી, શિક્ષણ, તેમજ કૌટુંબિક માહિતીનો સમાવેશ કરવામાં આવ્યો છે અને છેલ્લે સિંચાઈનો પણ સમાવેશ કરવામાં આવ્યો છે.

પ્રકરણ-૫

બાગાયતી પાકોનું ખર્ચ-લાભ વિશ્લેષણ

પ્રસ્તાવના

પ્રસ્તુત પ્રકરણમાં પસંદ કરેલા ઉત્તરદાતાઓનું જુદાં જુદાં પાકોનું ઉત્પાદન, આવક,ખર્ચ તેમજ એકરદીઠ ખર્ચ દર્શાવવામાં આવ્યું છે. કૃષિ એ અભ્યાસક્ષેત્રના ખેડૂત કુટુંબનો મુખ્ય વ્યવસાય હોવાથી તે આવક સરજનનું મુખ્ય સ્રોત છે. આ પ્રકરણમાં ફળપાકો(આંબા, કેળાં)અને અનાજ, ધાન્ય અને રોકડિયા પાકોમાં થતો ઉત્પાદન ખર્ચ, ઉત્પાદન તેમજ આવકની માહિતી આપવામાં આવી છે. આંબાના તથા કેળાંના પાકમાં થતાં ખર્ચાઓ જેવા કે બિયારણ, ખાતર, જંતુનાશક દવા, સિંચાઇ, શ્રમખર્ચ નિક્ષેપોના મરામત, સાધન ખર્ચ વગેરે.

આ પ્રકરણમાં આવક અંગેની માહિતી પણ દર્શાવવામાં આવી છે. જેમાં ખેતીપાકની આવક, કેરી, કેળાંઓમાંથી પ્રાપ્ત થતી આવક એ આવકના મુખ્ય સ્રોત છે.

૫.૧ ખેતી વિષયક માહિતી:

અહી પસંદ કરેલ નિર્ણયકર્તાઓનું જુદાં જુદાં પાકનું ઉત્પાદન,આવક-ખર્ચ દર્શાવવામાં આવ્યું છે. ખેતી મુખ્ય વ્યવસાય હોવાથી તે આવક સ્રોતનું મુખ્ય સાધન છે. વિવિધ પાકો હેઠળ,આવક-ખર્ચની વિગત આગળના મુદ્દામાં દર્શાવવામાં આવી છે.

૧. ફળપાકો સિવાયની ખેતીમાં ખર્ચ-આવક:

બાગાયત સિવાયની ખેતીમાં ધાન્ય પાક, કઠોળપાક, રોકડિયાપાક તથા શાકભાજી પાકનો સમાવેશ કરાયો છે.આ પાકોમાં થતો ખર્ચ અને આવકની વિગત આગળના કોષ્ટક નં. ૫.૧ માં દર્શાવવામાં આવી છે.

કોષ્ટક નં. ૫.૧

બાગાયતીપાકો સિવાયની ખેતીની આવક દર્શાવતુ કોષ્ટક

ક્રમ	પાક	ખેતીના પ્રકાર	કુલ આવક(રૂ.)	કુલ ખર્ચ(રૂ.)	ચોખ્ખી આવક(રૂ.)
૧	ધાન્ય પાક(ડાંગર,જુવાર,નાગલી)	સીમાંત	૮૧૫૨૩૦	૧૭૭૭૬૦	૬૩૭૪૭૦
		નાના	૩૯૦૫૦૦	૧૦૮૪૧૦	૨૮૨૦૯૦
		મોટા	૪૧૦૩૦૫	૧૦૮૫૫૦	૩૦૧૭૫૫
		કુલ	૧૬૧૬૦૩૫	૩૯૪૭૨૦	૧૨૨૧૩૧૫
૨	કઠોળ પાક(ચણા,તુવર,અડદ)	સીમાંત	૮૬૭૫૦	૫૨૯૪૫	૩૩૮૦૫
		નાના	૬૩૦૨૦	૨૦૬૮૦	૪૨૩૪૦
		મોટા	૪૭૬૦૦	૧૪૨૯૦	૩૩૩૧૦
		કુલ	૧૯૭૩૭૦	૮૭૯૧૫	૧૦૯૪૫૫
૩	રોકડિયા પાક(શેરડી,મગફળી)	સીમાંત	૧૫૨૫૦૦	૪૧૮૮૦	૧૧૦૬૨૦
		નાના	૧૪૫૬૦૦	૩૯૮૬૦	૧૦૫૭૪૦
		મોટા	૧૬૩૨૦૦	૪૮૧૮૦	૧૧૫૦૨૦
		કુલ	૪૬૧૩૦૦	૧૨૯૯૨૦	૩૩૧૩૮૦
૪	શાકભાજી(રીંગણ,મરચાં, કરેલાં,દૂધી,ટિંડોળા,ગુવાર, માટીભાજી,પાલખ ભાજી)	સીમાંત	૨૦૪૮૫૦	૫૪૪૨૦	૧૫૦૪૩૦
		નાના	૧૫૧૦૦૦	૧૯૪૦૦	૧૩૧૬૦૦
		મોટા	૯૨૦૦૦	૧૯૯૬૦	૭૨૦૪૦
		કુલ	૪૪૭૮૫૦	૯૩૭૮૦	૩૫૪૦૭૦

ટેબલના આધારે વિશ્લેષણ:

ફળપાક સિવાયની ખેતીમાં ધાન્ય પાક(ડાંગર,જુવાર,નાગલી)માથી ખેડૂતો વધુ આવક મેળવે છે.જેમાં કુલ આવક ૧૬૧૬૦૩૫ રૂા. છે.કુલ ખર્ચ ૩૯૪૭૨૦ રૂા. છે અને ચોખ્ખી આવક ૧૨૨૧૩૧૫ રૂા. છે. જેમાં સૌથી વધુ આવક સીમાંત ખેડૂતોની છે.જે ૮૧૫૨૩૦ રૂા. છે. તેમજ કુલ ખર્ચ પણ વધારે છે જે ૧૭૭૭૬૦ રૂા. છે તેમજ ચોખ્ખી આવક પણ વધારે છે જે ૬૩૭૪૭૦ રૂા. છે. નાના ખેડૂતોની કુલ આવક ૩૯૦૫૦૦ રૂા. કુલ ખર્ચ ૧૦૮૪૧૦ રૂા. છે. ચોખ્ખી આવક ૨૮૨૦૯૦ રૂા. છે. મોટા ખેડૂતોની આવક નાના ખેડૂતોની સરખામણીમાં વધારે છે.જે ૪૧૦૩૦૫ રૂા. છે. કુલ ખર્ચ ૧૦૮૫૫૦ રૂા.છે. ચોખ્ખી આવક ૩૦૧૭૫૫ રૂા. છે

કઠોળ પાક(ચણા,તુવર,અડદ)ના પાકમાં કુલ આવક ૧૯૭૩૭૦ રૂા.છે. કુલ ખર્ચ ૮૭૯૧૫ રૂા. છે તેમજ ચોખ્ખી આવક ૧૦૯૪૫૫ રૂા. છે. સીમાંત ખેડૂતોની કુલ આવક ૮૬૭૫૦ રૂા. છે.કુલ ખર્ચ ૫૨૯૪૫ રૂા. છે. ચોખ્ખી આવક ૩૩૮૦૫ રૂા. છે. નાના ખેડૂતોની કુલ આવક ૬૩૦૨૦ રૂા.છે. કુલ ખર્ચ ૨૦૬૮૦ રૂા.છે. ચોખ્ખી આવક ૪૨૩૪૦ રૂા. નાના ખેડૂતોથી કઠોળના પાક માટે ચોખ્ખી આવક વધારે જોવા મળે છે. મોટા ખેડૂતોની કુલ આવક ૪૭૬૦૦ રૂા. છે. કુલ ખર્ચ ૧૪૨૯૦ રૂા છે. ચોખ્ખી આવક ૩૩૩૧૦ રૂા. છે.

રોકડિયા પાક(શેરડી, મગફળી)ની આવક ૪૬૧૩૦૦ રૂા.છે કુલ ખર્ચ ૧૨૯૯૨૦ રૂા. ચોખ્ખી આવક ૩૩૧૩૮૦ રૂા. છે. જેમાં સીમાંત ખેડૂતોની કુલ આવક ૧૫૨૫૦૦ રૂા છે. કુલ ખર્ચ ૪૧૮૮૦ રૂા. છે ચોખ્ખી આવક ૧૧૦૬૨૦

રૂા. છે. નાના ખેડૂતોની કુલ આવક ૧૪૫૬૦૦ રૂા. છે. કુલ ખર્ચ ૩૯૮૬૦ રૂા. છે. ચોખ્ખી આવક ૧૦૫૭૪૦ રૂા. છે. સીમાંત અને નાના ખેડૂતોની સરખામણીમાં રોકડિયા પાક માટે મોટા ખેડૂતોની કુલ આવક વધુ છે જે ૧૬૩૨૦૦ રૂા. છે. કુલ ખર્ચ ૪૮૧૮૦ રૂા. છે. ચોખ્ખી આવક ૧૧૫૦૨૦ રૂા. છે.

ફળપાક સિવાયની ખેતીમાં શાકભાજીની કુલ આવક ૪૪૭૮૫૦ રૂા. છે. કુલ ખર્ચ ૯૩૭૮૦ રૂા.છે.ચોખ્ખી આવક ૩૫૪૦૭૦ રૂા. છે. જેમાં સીમાંત ખેડૂતોની કુલ આવક,કુલ ખર્ચ અને ચોખ્ખી આવક વધારે જોવા મળે છે. જે અનુક્રમે ૨૦૪૮૫૦,૫૪૪૨૦,૧૫૦૪૩૦ રૂા. છે. નાના ખેડૂતોની કુલ આવક ૧૫૧૦૦૦ રૂા. છે. કુલ ખર્ચ ૧૯૪૦૦ રૂા. છે. ચોખ્ખી આવક ૧૩૧૬૦૦ રૂા.છે. મોટા ખેડૂતોની કુલ આવક ૯૨૦૦૦ રૂા. છે. કુલ ખર્ચ ૧૯૯૬૦ રૂા. છે. ચોખ્ખી આવક ૭૨૦૪૦ રૂા. છે.

૨. ફળપાકોનું ખર્ચ- લાભ વિશ્લેષણ:

અભ્યાસ માટે પસંદ કરેલાં ફળ પાકો કેરી અને કેળાં પાકમાં થતી આવક ખર્ચ અંગેનું આંકડાકીય વિશ્રલેષણની વિગત અહી રજૂ કરવામાં આવી છે.

- **કેરી પાકની આવક:**

કોષ્ટક નં ૫.૨

કેરી પાકની આવક દર્શાવતું કોષ્ટક

ક્રમ	ખેડૂત ના પ્રકાર	કુટુંબ ની સંખ્યા	વાવેતર વિસ્તાર(એકરમાં)	કુલ ઉત્પાદન(મણમાં)	મણના સરેરાશ ભાવ(રૂ.)	કુલ આવક(રૂ.)	એકરદીઠ ઉત્પાદન (મણમાં)	એકરદીઠ આવક(રૂ.)
૧	સીમાંત	૫૪	૪૩	૧૦૨૮	૨૬૫	૨૭૨૪૨૦	૨૩	૯૩૩૫.૩૪

૨	નાના	૨૭	૩૬	૯૨૧૦	૨૬૫	૨૪૪૦૬૫૦	૨૫	૬૭૭૯૫.૮૩
૩	મોટા	૧૮	૨૫	૬૧૧૫	૨૬૫	૧૬૨૦૪૭૫	૨૪	૬૪૮૧૯
૪	કુલ	૯૯	૧૦૪	૧૬૩૫૩	૨૬૫	૪૩૩૩૫૪૫	૭૨	૪૧૬૬૮.૭૦

ટેબલના આધારે વિશ્લેષણ:

કોષ્ટક નંપ.૨ માં દર્શાવ્યા પ્રમાણે કેરીનાં પાકનો કુલ વાવેતર વિસ્તાર ૧૦૪ એકર છે. કુલ ઉત્પાદન ૧૬૩૫૩ છે.મણના સરેરાશ ભાવ ૨૬૫ છે. કુલ આવક૪૩૩૩૫૪૫ રૂા. છે. એકરદીઠ ઉત્પાદન ૭૨ છે. એકરદીઠ આવક૪૧૬૬૮.૭૦ છે.

સીમાંત ખેડૂત કુટુંબના કેરીનાં પાકનો વાવેતર વિસ્તાર ૪૩ એકર છે.કુલ ઉત્પાદન ૧૦૨૮ મણ છે.કુલ આવક ૨૭૨૪૨૦ રૂા. છે.એકરદીઠ ઉત્પાદન૨૩ છે. એકરદીઠ આવક ૯૩૩૫.૩૪ રૂા. છે.

નાના ખેડૂત કુટુંબના કેરીનાં પાકનો વાવેતર વિસ્તાર ૩૬ એકર છે. કુલ ઉત્પાદન ૯૨૧૦ મણ છે.કુલ આવક ૨૪૪૦૬૫૦ રૂા. છે.એકરદીઠ ઉત્પાદન૨૫ મણ છે. એકરદીઠ આવક ૬૭૭૯૫.૮૩ રૂા. છે.

મોટા ખેડૂત કુટુંબના કેરીનાં પાકનો વાવેતર વિસ્તાર કુલ ઉત્પાદન ૬૧૧૫ મણ છે.કુલ આવક ૧૬૨૦૪૭૫ રૂ. છે. એકરદીઠ ઉત્પાદન ૨૫ મણ છે. એકરદીઠ આવક ૬૪૮૧૯ રૂા. છે.

- કેળાં પાકની આવક:

કોષ્ટક નં ૫.૩
કેળાં પાકની આવક દર્શાવતું કોષ્ટક

ક્રમ	ખેડૂતના પ્રકાર	કુટુંબ ની સંખ્યા	વાવેતર વિસ્તાર (એકરમાં)	કુલ ઉત્પાદન (મણમાં)	મણના સરેરાશ ભાવ (રૂ.)	કુલ આવક(રૂ.)	એકરદીઠ ઉત્પાદન (મણમાં)	એકરદીઠ આવક(રૂ.)
૧	સીમાંત	૨૧	૧૭	૭૧૯૦	૧૨૦	૭૧૯૦૦૦	૪૨૨	૪૨૨૯૪.૧૧
૨	નાના	૧૩	૧૧	૪૮૮૦	૧૨૦	૫૮૫૬૦૦	૪૪૩	૫૩૨૩૬.૩૬
૩	મોટા	૮	૧૬	૫૨૩૦	૧૨૦	૫૨૩૦૦૦	૫૪૧	૩૨૬૮૭.૫૦
૪	કુલ	૪૨	૪૪	૧૭૩૦૦	૧૨૦	૧૮૨૭૬૦૦	૧૪૦૬	૪૧૫૩૬.૩૬

ટેબલના આધારે વિશ્લેષણ:

કોષ્ટક નં ૫.૩ માં દર્શાવ્યા પ્રમાણે કેળાંનાં પાકનો કુલ વાવેતર વિસ્તાર ૪૪ એકર છે. કુલ ઉત્પાદન ૧૭૩૦૦ છે. મણના સરેરાશ ભાવ ૧૨૦ રૂ. છે. કુલ આવક ૧૮૨૭૬૦૦ રૂ. છે. એકરદીઠ ઉત્પાદન ૧૪૦૬ છે. એકરદીઠ આવક૪૧૫૩૬.૩૬ રૂ. છે.

સીમાંત ખેડૂત કુટુંબના કેળાનાં પાકનો વાવેતર વિસ્તાર ૧૭ એકર છે. કુલ ઉત્પાદન ૭૧૯૦ મણ છે. કુલ આવક ૭૧૯૦૦૦ રૂ. છે. એકરદીઠ ઉત્પાદન ૪૪૨ છે. એકરદીઠ આવક ૪૨૨૯૪.૧૧ રૂ. છે.

નાના ખેડૂત કુટુંબના કેળાનાં પાકનો વાવેતર વિસ્તાર ૧૧ એકર છે. કુલ ઉત્પાદન ૪૮૮૦ મણ છે.કુલ આવક ૫૮૫૬૦૦ રૂ. છે. એકરદીઠ ઉત્પાદન ૪૪૩ મણ છે. એકરદીઠ આવક ૫૩૨૩૬.૩૬ રૂ. છે.

મોટા ખેડૂત કુટુંબના કેળાનાં પાકનો વાવેતર વિસ્તાર કુલ ઉત્પાદન ૧૬ એકર છે.કુલ આવક ૫૨૩૦૦૦ રૂ. છે. એકરદીઠ ઉત્પાદન ૫૪૧ મણ છે. એકરદીઠ આવક ૩૨૬૮૭.૫૦ રૂ. છે.

૫.૨ ફળ પાક માટે ખર્ચ

- કેરીનાં પાકમાં ખર્ચની વિગત:

કોષ્ટક.નં ૫.૪

કેરીનાં પાકમાં ખર્ચની વિગત દર્શાવતું કોષ્ટક

ક્રમ	ખેડૂતના પ્રકાર	કુટુંબની સંખ્યા	વાવેતર વિસ્તાર (એકરમાં)	ખેડાણ ખર્ચ	બિયારણ ખર્ચ	ખાતર ખર્ચ	જંતુનાશક દવા	સિંચાઈ	શ્રમ	વેચાણ	અન્ય	કુલ	એકરદીઠ ખર્ચ
૧	સીમાંત	૫૪	૪૩	૨૭૮૦ -૧૮.૪	-	૧૮૪૦૦ -૧૬.૪૬	૯૪૩૦ -૮.૪૪	૨૫૧૫૦ -૨૨.૫૧	૯૧૧૦ -૮.૧૫	૧૨૪૮૦ -૧૧.૧૬	૧૫૪૨૦ -૧૩.૭૯	૧૧૧૭૭૦ -૧૦૦	૨૦૬૯
૨	નાના	૨૭	૩૬	૧૬૨૪૦ -૧૭.૧૬	-	૨૦૬૦૦ -૨૧.૭૯	૬૭૮૦ -૭.૧૬	૧૭૨૫૦ -૧૮.૨૩	૧૭૪૦૦ -૧૮.૩૯	૬૮૨૦ -૭.૨૧	૯૫૨૦ -૧૦.૦૬	૯૪૬૧૦ -૧૦૦	૩૫૦૪
૩	મોટા	૧૮	૨૫	૧૮૩૦૦ -૧૮.૫૨	-	૧૬૮૫૦ -૧૭.૯૭	૮૯૫૦ -૯.૫૫	૧૯૮૦૦ -૨૧.૧૧	૧૧૩૬૦ -૧૨.૧૧	૫૯૦૦ -૬.૨૯	૧૨૬૧૦ -૧૩.૪૫	૯૩૭૭૦ -૧૦૦	૫૨૦૯
૪	કુલ	૯૯	૧૦૪	૫૬૩૨૦ -૧૮.૭૭	-	૫૫૮૫૦ -૧૮.૬૧	૨૫૧૬૦ -૮.૩૮	૬૨૨૦૦ -૨૦.૭૨	૩૭૮૭૦ -૧૨.૬૧	૨૫૨૦૦ -૮.૩૯	૩૭૫૫૦ -૧૨.૫૧	૩૦૦૧૫૦ -૧૦૦	૧૦૭૮૨

ટેબલના આધારે વિશ્લેષણ:

કોષ્ટક નં. ૫.૪ માં દર્શાવ્યા પ્રમાણે કેરીનાં પાકમાં કુલ ખર્ચમાં ખેડાણ ખર્ચ ૧૮.૭૭ ટકા છે. પસંદ કરાયેલાં કુટુંબોમાં સંદર્ભ વર્ષ(૨૦૦૭-૨૦૦૮) દરમ્યાન નવી વાડીનું સર્જન થયું નથી.માટે બિયારણ ખર્ચ શૂન્ય છે. ખાતર ખર્ચ ૧૮.૬૧ ટકા છે. જંતુનાશક દવાનો ખર્ચ ૮.૩૮ ટકા છે.સિંચાઇ ખર્ચ ૨૦.૭૨ ટકા છે. શ્રમ ખર્ચ ૧૨.૬૧ ટકા છે.વેચાણ ખર્ચ ૮.૩૯ ટકા છે. અન્ય ખર્ચ ૧૨.૫૧ટકા છે. તેમજ એકરદીઠ ખર્ચ ૧૦૭૮૨ રૂા. છે.

સીમાંત ખેડૂત કુટુંબોમાં ખેડાણ ખર્ચ ૧૯.૪૯ ટકા છે.ખાતર ખર્ચ ૧૬.૪૬ટકા છે. જંતુનાશક દવાનો ખર્ચ ૮.૪૪ ટકા છે.સિંચાઇ ખર્ચ ૨૨.૫૧ ટકા છે. શ્રમ ખર્ચ ૮.૧૫ ટકા છે.વેચાણ ખર્ચ ૧૧.૧૬ ટકા છે. અન્ય ખર્ચ ૧૩.૭૯ ટકા છે. તેમજ એકરદીઠ ખર્ચ ૨૦૬૯ રૂ|. છે.

નાના ખેડૂત કુટુંબોમાં ખેડાણ ખર્ચ ૧૭.૧૬ ટકા છે.ખાતર ખર્ચ ૨૧.૭૯ટકા છે. જંતુનાશક દવાનો ખર્ચ ૭.૧૬ ટકા છે.સિંચાઇ ખર્ચ ૧૮.૨૩ ટકા છે. શ્રમ ખર્ચ ૧૮.૩૯ટકા છે.વેચાણ ખર્ચ ૭.૨૧ ટકા છે. અન્ય ખર્ચ ૧૦.૦૬ ટકા છે. તેમજ એકરદીઠ ખર્ચ ૩૫૦૪ રૂ|. છે.

મોટા ખેડૂત કુટુંબોમાં ખેડાણ ખર્ચ ૧૯.૫૨ ટકા છે.ખાતર ખર્ચ ૧૭.૯૭ટકા છે. જંતુનાશક દવાનો ખર્ચ ૯.૫૫ ટકા છે.સિંચાઇ ખર્ચ ૨૧.૧૧ ટકા છે. શ્રમ ખર્ચ ૧૨.૧૧ ટકા છે.વેચાણ ખર્ચ ૬.૨૯ ટકા છે. અન્ય ખર્ચ ૧૩.૪૫ ટકા છે. તેમજ એકરદીઠ ખર્ચ ૫૨૦૯ રૂ|. છે.

- **કેળાંનાં પાકમાં ખર્ચની વિગત**

કોષ્ટક.નં ૫.૫

કેળાંનાં પાકમાં ખર્ચની વિગત દર્શાવતું કોષ્ટક

ક્રમ	ખેડૂતના પ્રકાર	કુટુંબની સંખ્યા	વાવેતરવિસ્તાર (એકરમાં)	બિયારણ ખર્ચ	ખેડાણ ખર્ચ	ખાતર ખર્ચ	સિચાઈ ખર્ચ	શ્રમખર્ચ	વેચાણ ખર્ચ	કુલ ખર્ચ	એકરદીઠ ખર્ચ
૧	સીમાંત	૨૧	૧૬	૮૫૪૦ -૧૨.૬૬	૮૯૧૦ -૧૩.૨૧	૭૮૧૦ -૧૧.૫૮	૨૫૫૦૦ -૩૭.૮	૯૮૮૫ -૧૪.૬૫	૬૮૦૦ -૧૦.૦૮	૬૭૪૪૫ -૧૦૦	૪૨૧૫.૩૧
૨	નાના	૧૩	૧૧	૪૮૭૦ -૮.૧૪	૫૩૭૦ -૮.૯૯	૪૩૮૦ -૭.૩૨	૩૨૦૦૦ -૫૩.૫૪	૭૯૫૦ -૧૩.૩	૫૨૦૦ -૮.૭૧	૫૯૭૭૦ -૧૦૦	૫૪૩૩.૬૩
૩	મોટા	૮	૧૪	૫૦૦૦૦ -૫૨.૨૩	૬૫૮૦ -૬.૮૮	૫૯૧૦ -૬.૧૭	૨૦૧૦૦ -૨૦.૯૯	૭૨૫૦ -૭.૫૮	૫૮૯૦ -૬.૧૫	૯૫૭૩૦ -૧૦૦	૬૮૩૭.૮૫
૪	કુલ	૪૨	૪૧	૬૩૪૧૦ -૨૮.૪૫	૨૦૮૬૦ -૯.૩૬	૧૮૧૦૦ -૮.૧૧	૭૭૬૦૦ -૩૪.૮૧	૨૫૦૮૫ -૧૧.૨૫	૧૭૮૯૦ -૮.૦૨	૨૨૨૯૪૫	૫૪૩૭.૬૮

ટેબલના આધારે વિશ્લેષણ:

કોષ્ટક નં. ૫.૫ માં દર્શાવ્યા પ્રમાણે કેળાંના પાકમાં કુલ ખર્ચમાં બિયારણ ખર્ચ ૨૮.૪૫ ટકા છે.ખેડાણ ખર્ચ ૯.૩૬ ટકા છે.ખાતર ખર્ચ ૮.૧૧ ટકા છે. સિંચાઈ ખર્ચ ૩૪.૮૧ ટકા છે.

શ્રમખર્ચ ૧૧.૨૫ ટકા છે. વેચાણ ખર્ચ ૮.૦૨ ટકા છે. તેમજ એકરદીઠ ખર્ચ ૫૪૩૭.૬૮ રૂા. છે. સીમાંત ખેડૂત કુટુંબોમાંબિયારણ ખર્ચ ૧૨.૬૬ ટકા છે.ખેડાણ ખર્ચ ૧૩.૨૧ ટકા છે. ખાતર ખર્ચ ૧૧.૫૮ ટકા છે. સિંચાઈ ખર્ચ ૩૭.૮૦ ટકા છે. શ્રમખર્ચ ૧૪.૬૫ ટકા છે.વેચાણ ખર્ચ ૧૦.૦૮ ટકા છે. કુલ ખર્ચ ૬૭૪૪૫ રૂા. તેમજ એકરદીઠ ખર્ચ ૪૨૧૫.૩૧ રૂા. છે. નાના ખેડૂત કુટુંબોમાં બિયારણ ખર્ચ ૮.૧૪ ટકા છે. ખેડાણ ખર્ચ ૮.૯૮ ટકા છે. ખાતર ખર્ચ ૭.૩૨ ટકા છે. સિંચાઈ ખર્ચ ૫૩.૫૪ ટકા છે. શ્રમખર્ચ ૧૩.30 ટકા છે. વેચાણ ખર્ચ ૮.૭૧ ટકા છે. કુલ ખર્ચ ૫૯૭૭૦ રૂા. તેમજ એકરદીઠ ખર્ચ ૫૪૩૩.૬૩ રૂા. છે.

મોટા ખેડૂત કુટુંબોમાં બિયારણ ખર્ચ ૫૨.૨૩ ટકા છે. ખેડાણ ખર્ચ ૬.૮૮ ટકા છે. ખાતર ખર્ચ ૬.૧૭ ટકા છે. સિંચાઈ ખર્ચ ૨૦.૯૯ ટકા છે. શ્રમ ખર્ચ ૭.૫૮ ટકા છે.વેચાણ ખર્ચ ૬.૧૫ ટકા છે. કુલ ખર્ચ ૯૫૭30 રૂા. તેમજ એકરદીઠ ખર્ચ ૬૮૩૭.૮૫ રૂા. છે.

૫.૩ ખર્ચ-આવક ગુણોત્તર

ખર્ચ-આવક ગુણોત્તર એ ખર્ચના પ્રમાણમાં આવક દર્શાવે છે. ફળપાકોનો ખર્ચ-આવક ગુણોત્તર કોષ્ટક નં. ૫.૬ માં દર્શાવવામાં આવ્યાં છે.

કોષ્ટક નં. ૫.૬

ફળપાકોનો ખર્ચ-આવક ગુણોત્તર કોષ્ટક

ક્રમ	પાક	એકરદીઠ આવક(રૂા.)	એકરદીઠ ખર્ચ(રૂા.)	ખર્ચ-આવક ગુણોત્તર
૧	કેરી	૪૧૬૬૮.૭૦	૧૦૭૮૨	૧:૩.૮૬
૨	કેળાં	૪૧૫૩૬.૩૬	૫૪૩૭.૬૮	૧:૭.૬૩
૩	કુલ	૮૩૨૦૫.૦૬	૧૬૨૧૯.૬૮	૧:૫.૧૩

ટેબલના આધારે વિશ્લેષણ:

ફળપાકોમાં ખર્ચ-આવક ગુણોત્તર ૧:૫:૧૨ છે.

કેળાંના પાકમાં ખર્ચ-આવક ગુણોત્તર ઊચો છે. પસંદ કરેલા ખેડૂત કુટુંબો ૧ રૂપિયાની આવક મેળવવા ફળપાક માટે કુલ ૫.૧૨ રૂપિયાનો ખર્ચ કરેછે.જયારે કેરીની આવક માટે ૩.૮૬ રૂપિયાનો ખર્ચ અને કેળાંની આવક માટે ૭.૬૩ રૂપિયાનો ખર્ચ કરે છે.

૫.૪ આવકના સ્રોતો અંગેની માહિતી:

વર્ષ દરમ્યાન ખેડૂતો વિવિધ સ્રોતો દ્વારા આવક મેળવતા હોય છે. જેમકે ખેતી, ફળપાકની આવક, પશુપાલન, નોકરી, ધંધો વગેરે. આમ ખેડૂતોના વિવિધ સ્રોતોમાથી બાગાયતી ખેતીની આવક કેટલો હિસ્સો ધરાવે છે. તેની વિગત નીચેના કોષ્ટકનં.૫.૭ માં દર્શાવવામાં આવી છે.

કોષ્ટક નં. ૫.૭

કુટુંબની વાર્ષિક આવકના સ્ત્રોત (આવક રૂા.માં)

ક્રમ	ખેડૂતના પ્રકાર	કુટુંબની સંખ્યા	ખેતી	પશુપાલન	બાગાયતી ખેતી
૧	સીમાંત (ટકા)	૫૪	૮૨૯૫૦૦ (૨૫.૯૦)	૨૧૨૦૦૦ (૬.૬૩)	૧૬૫૮૦૦૦ (૫૧.૭૯)
૨	નાના (ટકા)	૨૭	૫૮૧૫૦૦ (૩૪.૩૫)	૨૨૨૦૦૦ (૧૩.૧૧)	૬૫૮૦૦૦ (૩૮.૮૭)
૩	મોટા (ટકા)	૧૮	૪૩૨૫૦૦ (૨૫.૪૧)	૧૪૬૦૦૦ (૮.૫૯)	૬૪૦૦૦૦ (૩૭.૬૨)
૪	**કુલ (ટકા)**	**૯૯**	**૧૮૪૩૫૦૦ (૨૭.૯૬)**	**૫૮૦૦૦૦ (૮.૭૯)**	**૨૯૫૬૦૦૦ (૪૪.૮૨)**

નોકરી	વેપાર ધંધા	અન્ય	કુલ	કુટુંબદીઠ આવક
૧૭૫૦૦૦ (૫.૪૬)	૧૪૬૦૦૦ (૪.૫૭)	૧૮૧૦૦૦ (૫.૬૫)	૩૨૦૧૫૦૦ (૧૦૦)	૫૯૨૮૭
૧૨૦૦૦૦ (૭.૦૯)	૯૯૦૦૦ (૫.૮૬)	૧૨૦૦૦ (૦.૭૦)	૧૬૯૨૫૦૦ (૧૦૦)	૬૨૬૮૫
૨૫૦૦૦૦ (૧૪.૬૯)	૧૩૪૦૦૦ (૭.૮૮)	૯૯૦૦૦ (૫.૮૧)	૧૭૦૧૫૦૦ (૧૦૦)	૯૪૫૨૭
૫૪૫૦૦૦ (૮.૨૬)	**૩૭૯૦૦૦ (૫.૭૫)**	**૨૯૨૦૦૦ (૪.૪૨)**	**૬૫૯૫૫૦૦ (૧૦૦)**	**૬૬૬૨૧**

ટેબલના આધારે વિશ્લેષણ:

કોષ્ટક નં.પ.૭ માં દર્શાવ્યા પ્રમાણે ખેડૂત કુટુંબની વાર્ષિક આવકના સ્રોતમાં કુલ આવક ૬૫૯૫૫૦૦ રૂ।. છે. તેમાં ૨૭.૯૬ ટકા આવક ખેતીમાંથી મળે છે. ૮.૭૯ ટકા પશુપાલનની આવક છે. ૪૪.૮૨ ટકા બાગાયતી ખેતીની આવક

છે. ૮,૨૬ ટકા નોકરીમાંથી મળે છે. ૫.૭૫ ટકા વેપાર ધંધાની આવક છે. ૪.૪૨ ટકા અન્યમાંથી પ્રાપ્ત થતી આવક છે. તેમજ કુટુંબદીઠ આવક ૬૬૬૨૧ રૂા. છે.

સીમાંત ખેડૂત કુટુંબમાં કુલ આવક ૩૨૦૧૫૦૦ રૂા. છે. તેમાં ૨૫.૯૦ ટકા આવક ખેતીમાંથી મળે છે. ૬.૬૩ ટકા પશુપાલનની આવક છે. ૫૧.૭૯ ટકા બાગાયતી ખેતીની આવક છે. ૫.૪૬ ટકા નોકરીમાંથી મળે છે. ૪.૫૭ ટકા વેપાર ધંધાની આવક છે. ૫.૬૫ ટકા અન્યમાંથી પ્રાપ્ત થતી આવક છે. તેમજ કુટુંબદીઠ આવક ૫૯૨૮૭ રૂા. છે.

નાના ખેડૂત કુટુંબમાં કુલ આવક ૧૬૯૨૫૦૦ રૂા. છે. તેમાં ૩૪.૩૫ ટકા આવક ખેતીમાંથી મળે છે. ૧૩.૧૧ ટકા પશુપાલનની આવક છે. ૩૮.૮૭ ટકા બાગાયતી ખેતીની આવક છે. ૭.૦૯ ટકા નોકરીમાંથી મળે છે. ૫.૮૬ ટકા વેપાર ધંધાની આવક છે. ૦.૭૦ ટકા અન્યમાંથી પ્રાપ્ત થતી આવક છે. તેમજ કુટુંબદીઠ આવક ૬૨૬૮૫ રૂા. છે.

મોટા ખેડૂત કુટુંબમાં કુલ આવક ૧૭૦૧૫૦૦ રૂા. છે. તેમાં ૨૫.૪૧ ટકા આવક ખેતીમાંથી મળે છે. ૮.૫૯ ટકા પશુપાલનની આવક છે. ૩૭.૬૨ ટકા બાગાયતી ખેતીની આવક છે. ૧૪.૬૯ ટકા નોકરીમાંથી મળે છે. ૭.૮૮ ટકા વેપાર ધંધાની આવક છે. ૫.૮૧ ટકા અન્યમાંથી પ્રાપ્ત થતી આવક છે. તેમજ કુટુંબદીઠ આવક ૯૪૫૨૭ રૂા. છે.

૫.૫ વપરાશી ખર્ચનું વર્ગીકરણ:

વપરાશી ખર્ચ પાછળ આવકનો કેટલો હિસ્સો વપરાય છે. તે જાણવાથી કુટુંબની બચત શકિત જાણી શકાય. વર્તમાનમાં શિક્ષણ અને આરોગ્ય

મહ્ત્વના બની ગયા છે. તેમજ ઊર્જાનો વધુને વધુ ઉપયોગ કરતાં થયા છે. વિવિધ ખર્ચા અંગેની વિગત કોષ્ટક નં.૫.૮ માં દર્શાવવામાં આવી છે.

કોષ્ટક નં. 5.8

વપરાશી ખર્ચનું વર્ગીકરણ દર્શાવતું કોષ્ટક (ખર્ચ રૂ.માં)

ક્રમ	ખેડૂતના પ્રકાર	કુટુંબની સંખ્યા	ખાદ્ય પદાર્થ ખર્ચ	વસ્ત્રો- પગરખા ખર્ચ	ઉર્જા ખર્ચ	શિક્ષણ ખર્ચ
૧	સીમાંત (ટકા)	૫૪	૧૨૯૦૦૦ (૧૮.૭૨)	૧૧૩૨૦૦ (૧૬.૪૨)	૫૧૫૦૦ (૭.૪૭)	૨૩૬૮૦૦ (૩૪.૩૫)
૨	નાના (ટકા)	૨૭	૬૭૭૦૦ (૧૩.૫૫)	૫૬૦૦૦ (૧૧.૨૦)	૪૩૮૦૦ (૮.૭૬)	૨૦૯૦૦૦ (૪૧.૮૦)
૩	મોટા (ટકા)	૧૮	૪૪૩૦૦ (૮.૩૬)	૬૫૭૦૦ (૧૨.૩૯)	૧૫૯૧૦૦ (૩૦.૦૨)	૧૬૭૦૦૦ (૩૧.૫૨)
૪	**કુલ (ટકા)**	**૯૯**	**૨૪૧૦૦૦ (૧૪.૦૧)**	**૨૩૪૯૦૦ (૧૩.૬૭)**	**૨૫૪૪૦૦ (૧૪.૭૯)**	**૬૧૨૮૦૦ ૩૫.૬૫)**

આરોગ્ય ખર્ચ	સામાજીક ખર્ચ	પ્રવાસ મોજશોખ ખર્ચ	અન્ય ખર્ચ	કુલ વપરાશી ખર્ચ	કુટુંબદીઠ વપરાશી ખર્ચ
૪૫૨૦૦ (૬.૫૬)	૪૪૭૦૦ (૬.૪૮)	૩૫૦૦૦ (૫.૦૭)	૩૩૯૫૦ (૪.૯૩)	૬૮૯૩૫૦ (૧૦૦)	૧૨૭૬૫
૪૧૧૦૦ (૮.૨૨)	૩૪૮૦૦ (૬.૯૬)	૨૬૪૦૦ (૫.૨૮)	૨૧૧૦૦ (૪.૨૩)	૪૯૯૯૦૦ (૧૦૦)	૧૮૫૧૪
૨૩૨૦૦ (૪.૩૮)	૩૨૪૦૦ (૬.૧૧)	૧૮૯૦૦ (૩.૫૭)	૧૯૩૦૦ (૩.૬૫)	૫૨૯૯૦૦ (૧૦૦)	૨૯૪૩૮
૧૦૯૫૦૦ (૬.૩૬)	**૧૧૧૯૦૦ (૬.૫૨)**	**૮૦૩૦૦ (૪.૬૮)**	**૭૪૩૫૦ (૪.૩૨)**	**૧૭૧૯૧૫૦ (૧૦૦)**	**૧૭૩૬૫**

ટેબલના આધારે વિશ્લેષણ:

કોષ્ટક નં. ૫.૮ માં દર્શાવ્યા પ્રમાણે ખેડૂત કુટુંબો વપરાશી ખર્ચ પાછળ કેટલો ખર્ચ કરેછે. તે દર્શાવવામાં આવ્યું છે. કુલ વપરાશી ખર્ચ ૧૭૧૯૧૫૦ રૂા.છે. જેમાં ૧૪.૦૧ ટકા ખાધપદાર્થ પાછળ ખર્ચ કરે છે. ૧૩.૬૭

ટકા વસ્ત્ર-પગરખાં પાછળ ખર્ચ કરે છે. ૧૪.૭૯ ટકા ઉર્જા પાછળ ખર્ચ કરે છે. ૩૫.૬૫ ટકા શિક્ષણ પાછળ ખર્ચ કરે છે. ૬.૫૨ ટકા સામાજિક ખર્ચ કરે છે. ૪.૬૮ ટકા પ્રવાસ મોજશોખ પાછળ ખર્ચ કરે છે. ૪.૩૨ ટકા અન્ય ખર્ચ કરેછે. કુટુંબદીઠ વપરાશી ખર્ચ ૧૭૩૬૫ રૂા. છે.

સીમાંત ખેડૂત કુટુંબો ૧૮.૭૨ ટકા ખાધપદાર્થ પાછળ ખર્ચ કરે છે. ૧૬.૪૨ ટકા વસ્ત્ર-પગરખાં પાછળ ખર્ચ કરે છે. ૭.૪૭ ટકા ઉર્જા પાછળ ખર્ચ કરે છે. ૩૪.૩૫ ટકા શિક્ષણ પાછળ ખર્ચ કરે છે. ૬.૫૬ ટકા આરોગ્ય પાછળ ખર્ચ કરે છે. ૬.૪૮ ટકા સામાજિક ખર્ચ કરે છે. ૫.૦૭ ટકા પ્રવાસ મોજશોખ પાછળ ખર્ચ કરે છે. ૪.૯૩ ટકા અન્ય ખર્ચ કરે છે. કુટુંબદીઠ વપરાશી ખર્ચ ૧૨,૭૬૫ રૂા. છે.

નાના ખેડૂત કુટુંબોમાં કુલ વપરાશી ખર્ચ ૪૯૯૯૦૦ રૂા. છે. જેમાં ૧૩.૫૫ ટકા ખાધપદાર્થ પાછળ ખર્ચ કરે છે. ૧૧.૨૦ ટકા વસ્ત્ર-પગરખાં પાછળ ખર્ચ કરે છે.૬.૯૬ ટકા ઉર્જા પાછળ ખર્ચ કરે છે. ૪૧.૮૦ ટકા શિક્ષણ પાછળ ખર્ચ કરે છે. ૮.૨૨ ટકા આરોગ્ય પાછળ ખર્ચ કરે છે. ૬.૪૮ ટકા સામાજિક ખર્ચ કરે છે. ૫.૨૮ ટકા પ્રવાસ મોજશોખ પાછળ ખર્ચ કરે છે. ૪.૨૩ ટકા અન્ય ખર્ચ કરેછે. કુટુંબદીઠ વપરાશી ખર્ચ ૧૮૫૧૪ રૂા. છે.

મોટા ખેડૂત કુટુંબોમાં કુલ વપરાશી ખર્ચ ૫૨૯૯૦૦ રૂા. છે. જેમાં ૮.૩૬ ટકા ખાધપદાર્થ પાછળ ખર્ચ કરે છે. ૧૨.૩૯ ટકા વસ્ત્ર-પગરખાં પાછળ ખર્ચ કરે છે. ૩૦.૦૨ ટકા ઉર્જા પાછળ ખર્ચ કરે છે. ૩૧.૫૨ ટકા શિક્ષણ પાછળ ખર્ચ કરે છે. ૪.૩૮ ટકા આરોગ્ય પાછળ ખર્ચ કરે છે. ૬.૧૧ ટકા સામાજિક ખર્ચ કરે

છે. ૩.૫૭ ટકા પ્રવાસ મોજશોખ પાછળ ખર્ચ કરે છે. ૩.૬૫ ટકા અન્ય ખર્ચ કરેછે. કુટુંબદીઠ વપરાશી ખર્ચ ૨૯૪૩૮ રૂા.છે.

આમ, અહી સમગ્ર પ્રકરણમાં પ્રશ્નાવલી દ્વારા ઉત્તરદાતા પાસેથી મેળવેલી માહિતીનું વિશ્લેષણાત્મક રીતે રજૂઆત કરી છે.

પ્રકરણ-૬

તારણો અને સૂચનો

પ્રસ્તાવના

બાગાયતી પાકોનું આર્થિક વિશ્લેષણ ગુજરાત રાજયના નવસારી જિલ્લાના વાંસદા તાલુકાને કેન્દ્રમાં રાખીને કર્યો છે.અધ્યયન માટેની જરૂરી પ્રાથમિક અને ગૌણ માહિતીના આધારે તારણો અને સૂચનો કરવામાં આવેલા છે.

- સંશોધન અભ્યાસના મુખ્ય તારણો:

૧. વાંસદા તાલુકાના પસંદ કરેલા અભ્યાસક્ષેત્રોમાં આંતરમાળખાનો વિકાસ સારો થયેલો જોવા મળે છે. જેમાં શૈક્ષણિક સગવડ, આરોગ્યની સગવડ, વીજળીની સગવડ,રસ્તા અને વાહન વ્યવહારની સગવડ, સંદેશા વ્યવહારની સગવડ, સહકારી દૂધ મંડળી વગેરે સુવિધાઓ ઉપલબ્ધ છે.

૨. અભ્યાસક્ષેત્રોમાં આરોગ્ય વિષયક સુવિધાઓમાં શ્રીમદરાજચંદ્ર હોસ્પિટલ ધરમપુર તાલુકો અને ભારત સેવા શ્રમ સંઘ ગંગપુર(વાંસદા તાલુકો) દ્વારા ગામોમાં અઠવાડિયામાં બે-ત્રણ દિવસ આરોગ્યની સેવા પુરી પાડવામાં આવે છે.અને પસંદ કરેલા ગામમાં આંકલાછ ગામમાં સરકારી હોસ્પિટલ છે.

3. અભ્યાસક્ષેત્રના ગામોમાં જ્યોતીગ્રામ યોજના હેઠળ ૧૦૦% વીજળીકરણ થયેલું છે.

૪. અભ્યાસક્ષેત્રના બધા જ ગામોમાં પીવાના પાણીની સુવિધા ધરાવે છે. અને બધા જ ગામોમાં શિક્ષણની સુવિધા છે.

૫. અભ્યાસ ક્ષેત્રના ગામોમાં ખેતી મુખ્ય વ્યવસાય હોવાથી તથા ડેરીની સુવિધાને કારણે પશુપાલનનો વ્યવસાય પણ વિકસયો છે.

૬. પસંદ કરેલાં બધા જ ઉત્તરદાતાનો વ્યવસાય ખેતી છે. જેમાં જમીન ધારણ કદ પ્રમાણે ત્રણ વિભાગમાં વહેચવામાં આવ્યા છે તેમજ અભ્યાસ માટે ૯૯ ખેડૂત કુટુંબની પસંદગી કરી છે.

૭. પસંદ કરેલાં કુટુંબમાં સીમાંત ખેડૂતો,નાના ખેડૂતો અને મોટા ખેડૂતો છે.જે કુંકણા,ઢોડિયા તથા વારલી જાતિના અનુસૂચિત જનજાતિના છે.

૮. કૃષિ વાવેતર વિસ્તારમાં ખેડૂતો જુદાં જુદાં પાકોનું ઉત્પાદન કરતાં હોય છે.જેમાં ઉત્પાદકતાનો આધાર મુખ્યત્વે ખેતીક્ષેત્રમાં ઉપયોગમાં લીધેલ કૃષિ નિક્ષેપોનાં ઉપયોગ અને ખેત પદ્દ્દત પર રહેલો છે.તેની અસર ચોખ્ખી આવક પર પડે છે.

૯. અભ્યાસ ક્ષેત્રનાં ગામોમાં ખેતીના મુખ્ય પાકો ડાંગર અને શેરડી છે.તેમજ શિયાળામાં ચણાનો પાક લેવામાં આવે છે.

૧૦. આંબાનાં પાકનો વાવેતર વિસ્તાર નાના અને મોટા ખેડૂતો કરતાં સીમાંત ખેડૂતોનો વધારે છે.તેમજ સીમાંત ખેડૂતોનું ઉત્પાદન ઓછું છે. આમ,ખેતરના કદ અને કેરીનાં ઉત્પાદન વચ્ચે કોઈ સીધો સંબંધ જોવા મળતો નથી.

૧૧. સૌથી વધારે કેળાનું એકરદીઠ ઉત્પાદન મોટા ખેડૂતોનું છે.જયારે સૌથી ઓછું એકરદીઠ ઉત્પાદન સીમાંત ખેડૂતોમાં થાય છે.

૧૨. કેરીનાં પાકમાં તમામ પ્રકારનાં ખેડૂતોમાં સિંચાઈનું ખર્ચ વધારે હોય છે તેમજ ખાતર ખર્ચ સીમાંત ખેડૂતોમાં આવે છે.

૧૩. કેળાંનાં પાક માટે એકરદીઠ સૌથી વધુ ખર્ચ મોટા ખેડૂતોમાં આવે છે.સૌથી ઓછો ખર્ચ સીમાંત ખેડૂતોમાં આવે છે.

૧૪. બાગાયતી પાકોનું વેચાણ વિવિધ બજારોમાં થતું હોય છે.જેમાં સ્થાનિક બજાર, હાર્ટ બજાર અને નિયંત્રિત બજારનો સમાવેશ થાય છે.કેળાનું વેચાણ બધાજ ખેડૂતો સ્થાનિક બજારમાં કરે છે.

૧૫. અભ્યાસક્ષેત્રના ગામમાં ઉત્પાદિત પાકને સંગ્રહ કરવાની વ્યવસ્થા ન હોવાથી ખેડૂતોને તાત્કાલિક પાકનું વેચાણ કરવું પડે છે.

૧૬. અભ્યાસક્ષેત્રે પસંદ કરેલાં ખેડૂત કુટુંબોમા મોટા ખેડૂતોની આવક વધારે છે.તેઓ રસાયણિક ખાતર,જંતુનાશક દવા,યંત્રો વગેરેનો વધુ ઉત્પાદન કરી વધુ આવક મેળવે છે.

૧૬. પસંદ કરેલાં ખેડૂત કુટુંબોમાં વર્તમાનમાં શિક્ષણ અને આરોગ્ય મહત્વનાં બની ગયા છે.તેમજ લોકો ઉર્જાનો વધુને વધુ ઉપયોગ કરતાં થયા છે.

- **સૂચનો:**

૧. ખેડૂતો વધુ પ્રમાણમાં આંબાનાં પાકો કરતાં થાય તે માટે તેમણે કલમોની ખરીદી તેમજ અન્ય ખર્ચાઓ માટે ધિરાણની સગવડ આપવી જોઈએ.

૨. પાકની ઉત્પાદકતા વધારવા માટે ખેડૂતોને તાલીમ આપવી જોઈએ,તેમજ આંબાના પાકો કરતાં થાય તે માટે તેમણે વિવિધ બાગાયતી ખાતાની નર્સરીઓની મુલાકાત લેવી જોઈએ.

૩. કેરીનું બજાર આંતર રાષ્ટ્રીય સ્તરે વિકસેલું છે તેમજ ભારતના જુદાં જુદાં રાજયોમાં જુદાં જુદાં પ્રકારની કેરીનું ઉત્પાદન થાય છે.ગુજરાતમાં કેસર અને વલસાડમાં હાફૂસ કેરીનું ઉત્પાદન થાય છે.આથી એવાં પ્રકારની શિબિરો યોજવી જોઈએ કે જેથી દરેક ખેડૂત વિવિધ પ્રકારની કેરીની જાત તેમજ બજાર વિશે જાણકારી મેળવી શકે.

૪. ખેડૂતને આંબાના પાકો કરવા માટે સિંચાઇની જરૂર પડે છે.આથી સિંચાઈનાં સ્રોત મેળવવા પસંદ કરેલ ગામમાં આદિવાસી અન્ય મજૂરવર્ગ જમીન ધરાવતાં હોવા છતાં પણતેમણી પાસે આર્થિક સગવડ ન હોવાથી આંબાની વાડી બનાવી શકતા નથી માટે તેમને લાંબા ગાળાનું ધિરાણ આપવામાં આવે તો તે લોકો પણ બાગાયતી પાકો વિકસાવી શકે.

૫. બાગાયતી પાકો જે વિસ્તારને અનુકૂળ ન હોય તેમ છતાં જે ખેડૂતો બાગાયતી ખેતી કરવા માંગતા હોય તો કેવી કાળજી લેવી તે માટે ખાસ માર્ગદર્શન બાગાયત ખાતા દ્વારા આપવું જોઈએ.

૬. બજાર વ્યવસ્થામાં માળખાકીય સુવિધા વહીવટી પારદર્શકતા લાવવી જોઈએ.

૭. બાગાયતી પાકના પ્રસ્નો માટે તમારા વિસ્તારના બાગાયત અધિકારી અથવા જિલ્લાના નાયબ બાગાયત નિયામકશ્રીનો રૂબરૂ/પત્ર/ફોન દ્વારા સંપર્ક કરી માહિતી મેળવતા રહો.

૮. સરકારશ્રીની વિવિધ યોજનાઓથી માહિતગાર રહો અને બાગાયતી ખેતીમાં તેનો લાભ જરૂરથી મેળવો.

૯. બાગાયતી પાકોમાં કરવાના ખેતી કાર્યોની માસવાર યાદી તૈયાર કરી અને તે પ્રમાણે અમલ કરો.

- **અંતમાં:**

બાગાયતી પાકોનું આર્થિક વિશ્લેષણ નું સંશોધન કર્યું ત્યારે એવું લાગ્યું કે અત્યાર સુધીનું ભણતર એ ખરું ભણતર હતું જ નહિ માર્ગદર્શકના માર્ગદર્શન દ્વારા તેમજ અન્ય નિષ્ણાતોના માર્ગદર્શન દ્વારા અભ્યાસ એ જ ખરો અભ્યાસ એવી પ્રતીતિ થઈ.

સંદર્ભ સૂચિ:

૧. CMIE-August 2007

૨. સામાજિક-આર્થિક સમીક્ષા, ગુજરાત રાજય ,ગાંધીનગર ૨૦૦૬-૦૭

૩. દલાલ યાસીન, તા.૨૭ ઓક્ટોમ્બર ૨૦૦૭ ગુજરાત સમાચાર

૪. ખેડૂત માર્ગદર્શિકા, ભાગ-૨ જૂનાગઢ કૃષિ યુનિ.

૫. પરિસંવાદ, ગુજરાત રાજય કૃષિ બજાર બોર્ડ અને ગુજરાત નિયંત્રીત બજાર સંઘ ડો.જીવરાજ મહેતા ભવન, બ્લોક ન. ૧૨ બીજો માળ, ગાંધીનગર

૬. વિશેષ પુસ્તક પ્રકાશન કૃષિ યુનિવર્સન, આણંદ કેન્દ્ર,કૃષિગોવિધા, ગુજરાત કૃષિ વિશ્વવિધ્યાલયનું પ્રકાશન, ફળ વિશેષાંક જાન્યુઆરી-૨૦૦૩

૭. સામાજિક-આર્થિક સમીક્ષા, જિલ્લા પંચાયત નવસારી,આંકડાશાખા.-૨૦૦૬-૨૦૦૭

૮. કૃષિ પેદાશની મૂલ્યવૃદ્ધીની માહિતી પુસ્તિકા કૃષિ મહોત્સવ-૨૦૦૭

૯. વિકાસ વાટિકા નવસારી જિલ્લોની પાંચ વર્ષની વિકાસ યાત્રા,પંચામૃત: નવસારી જિલ્લો.-૨૦૦૬-૨૦૦૭

૧૦. પ્રભુ આર.કે. –મારા સ્વપ્નનું ભારત,ગાંધીજી,નવજીવન ટ્રસ્ટ,અમદાવાદ-૧૯૬૩

૧૧. સહાયલક્ષી યોજનાઓ-બાગાયત ખાતું ગુજ. રાજય ગાંધીનગર -૨૦૦૮-૨૦૦૯

૧૨. કૃષિ જીવન જાન્યુઆરી-૨૦૦૮ અંક-૬

૧૩. રાજયમાં ફૂલોની ખેતી કૃષિ મહોત્સવ- બાગાયત ખાતું ગુજ. રાજય ગાંધીનગર-૨૦૦૭

પ્રશ્નાવલી

વિષય : વાંસદા તાલુકાનાં બાગાયતી પાકોનું આર્થિક વિશ્લેષણ

સંશોધન કર્તા

સ્નેહલ ક.ગાંવિત
અર્થશાસ્ત્ર ભવન
સૌરાષ્ટ્ર યુનિવર્સિટી
રાજકોટ – ૫

વિભાગ-૧(અ) ઉત્તરદાતાની સામાન્ય માહિતી:

૧.૧ નામ:

૧.૨ ગામ:

૧.3 ઉમર:

૧.૪ જ્ઞાતી:

૧.૫ શિક્ષણ:

૧.૬ મુખ્ય વ્યવસાય:

(બ) કુટુંબની માહિતી:

ક્રમ	નામ	ઉમર	જાતિ		શિક્ષણ	મુખ્ય વ્યવસાય
			સ્ત્રી	પુરુષ		
૧						
૨						
3						

૪						
૫						

વિભાગ-૨ સિંચાઈના વિવિધ સ્રોત:

૧.કૂવો

૨બોર

૩નદી

વિભાગ-૩ ફળપાકો સિવાયના ખેતી પાકોનો વાવેતર વિસ્તાર,ઉત્પાદન,ભાવ,આવક તથા ખર્ચ અંગેની વિગત

ક્રમ	પાક	વાવેતર વિસ્તાર એકરમાં બિનપિયત	કુલ ઉત્પાદન (મણમાં)	સરેરાશ ભાવ(મણના)	કુલ આવક (રૂા.)	એકરદીઠ ઉત્પાદન (મણમાં)	કુલ ખર્ચ (રૂા.)	ચોખ્ખી આવક
૩.૧	અનાજ ૧.ડાંગર ૨.જુવાર ૩.નાગલી							
૩.૨	કઠોળ							
૩.૩	રોકડિયા પાક							
૩.૪	શાકભાજી પાકો							

વિભાગ-૪

(અ) બાગાયતી પાકનું ઉત્પાદન

ક્રમ	વા.વિ.એકરમાં	વાર્ષિક ઉત્પાદન(મણમાં)	એકરદીઠ ઉત્પાદન	બજારભાવ મણના(રૂા.)	કુલ આવક(રૂા.)
૧.	કેરી				
૨.	કેળાં				

(બ)બાગાયત પાકનું ઉત્પાદન ખર્ચ રૂા.

ક્રમ	વા.વિ. એકરમાં	ખેડાણ ખર્ચ	બિયારણ ખર્ચ	ખાતર ખર્ચ	જંતુના શક દવા	સિંચાઈ	શ્રમ	વેચાણ	કુલ ખર્ચ	એકર દીઠ ખર્ચ
૧.	કેરી									
૨.	કેળાં									

વિભાગ-૫ કુટુંબની વાર્ષિક આવક

ક્રમ	આવકનો સ્રોત	સભ્યો	આવક(રૂા.)
૧	ખેતી		
૨	પશુપાલન		
૩	બાગાયત ખેતી		
૪	નોકરી		
૫	વેપાર ધંધો		
૬	અન્ય		
	કુલ		

વિભાગ-૬

વપરાશી ખર્ચ

ક્રમ	વિગત	રૂા.
૧	ખાદ્ય પદાર્થ	
૨	વસ્ત્રો-પગરખાં	
૩	ઊર્જા	
૪	શિક્ષણ	
૫	આરોગ્ય	
૬	સામાજિક	
૭	પ્રવાસ-મોજ શોખ	
૮	અન્ય	
	કુલ